Að ná tökum á leikritun - búa til höggleik

Áletrun

Bókartitill: Að ná tökum á leikritun - búa til höggleik
Höfundur: Natasha Tillett Slayton

Höfundur: Natasha Tillett Slayton
Tengiliður: wakdeamay@gmail.com

Að ná tökum á leikritun - búa til höggleik

Skrifað af
Natasha Tillett Slayton

Indlandi
2024

INNIHALD

Ertu hér vegna þess að þig langar að skrifa leikrit? Það er frábært; Ég fagna löngun þinni. Þegar við höfum rætt það frekar í eigin persónu og þið hafið byrjað að skrifa leikrit úr bókunum okkar saman, getum við kannski rætt hvort að kaupa þessa bók hafi örugglega verið rétti kosturinn.

Eins og titill þessarar bókar gefur til kynna geri ég ráð fyrir að þú viljir læra af mér hvernig á að búa til vel heppnað leikrit; því miður er það hins vegar eitthvað sem ég get ekki boðið þér á þessari stundu. Því miður fyrir þig þó, það þýðir að ég hef ekki hugmynd um hvernig það ætti að virka; Þess vegna varpa ég fram annarri spurningu - "Hvað telst vel heppnað leikrit?" Svo ekki hika við að nota svarta límband og líma orðið „Vel heppnuð" yfir framhliðina - sameiginlegur skilningur okkar mun ákvarða hvort við fjarlægjum eða breytum þessum merkimiða á einhverjum tímapunkti á ferðalagi þessarar bókar - við skulum byrja að skoða.
Ertu að spá í af hverju ég skrifaði þessa bók um leikritagerð? Og hvers vegna hélt ég því fram að ég gæti kennt hvernig á að skrifa leikrit?? Þú gætir verið að spyrja hvers vegna ég skrifaði bók eins og þessa um hvernig á að skrifa leikrit, hvers vegna ég tel mig geta boðið aðstoð?

Jæja, ég hef skrifað leikrit í næstum 20 ár og lauk nýlega við 48. fjölþátta leikritið mitt. Á frumsýningum leikrita heyri ég oft spurningar frá leikurum varðandi skrif: "Hvernig gerirðu það? Mig langar líka að skrifa, geturðu ekki gefið einhver ráð um hvernig á að gera það?"
Svo ég skrifaði þessa bók. Til að segja þér hvernig ég geri það. Það var allt. Því miður veit ég ekki nákvæmlega hversu margar uppfærslur á leikritum mínum hafa verið; á einum tímapunkti gafst ég upp á að reyna. En yfir 1.000 hafa komið saman. Vegna þess að áhorfendum og leiksviðum verður að finnast verkin mín skemmtileg að koma fram á, gerir það mér kleift að útskýra fyrir lesendum nákvæmlega hvað þarf til að ég geti skrifað leikrit - að skrifa leikrit!
Ef þú vilt læra að skrifa leikrit á skemmtilegan og fagmannlegan hátt, eða þarft stuðning á meðan þú gerir það, þá mæli ég eindregið með því að þú skráir þig í vinnuhópa eða málstofur. Fullorðinsfræðslunámskeið veita stundum slíkt líka. Einn slíkur vinnuhópur fyrir lágþýskt leikskáld - eins og Verdens hópur fyrir lágþýskt leikskáld - gæti verið sérlega hjálplegur hér - ekki láta nafnið "lágþýska" trufla þig. Með því að skrifa leikrit með lágþýsku er leitast við að varðveita það en þó þú getir ekki talað eða skrifað lágþýsku mun það ekki skipta máli heldur! Þegar þú hefur lokið við

að skrifa leikrit með þessum hópi gætirðu jafnvel fundið þýðendur til að þýða þau yfir á önnur tungumál/mállýskur!

Málstofur Verden Working Group eru venjulega tvisvar á ári og fjalla um ákveðin efni. Vegna nýliða er gjarnan boðið upp á stutt grunnnámskeið sem kynningu á leikritun; þú getur fundið upplýsingar á netinu um þennan valkost ásamt því að íhuga hvort þetta gæti verið eitthvað þess virði að gera fyrir þig. Auðvitað geta enn verið aðrar leiðir í boði.

Aðrir vinnuhópar og aðferðir eru til til að kanna hvernig leikrit er skrifað.

Hönd þín heldur ekki í kennslubók reyndra leikskálda þegar þú lest þessa bók; Ég er bara einhver sem kom að því að skrifa í gegnum leikhús og hef síðan fundið sjálfan mig afkastamikla rithöfunda. Það eina sem ég get boðið hér er mín reynsla, ráð og ábendingar byggðar á þeim - ekkert annað. Vinsamlegast mundu að þessi bók veitir ekki reglur sem þú verður að hlíta, þó; frekar get ég aðeins lýst nálgun minni.

Ef það var ekki nóg fyrir þig og þú finnur fyrir vonbrigðum með þessa bók, þá er þessi bók kannski ekki fyrir þig. Vinsamlegast samþykktu afsökunarbeiðni mína; kannski skiptast á eða gefa að gjöf; Ég vona að hægt sé að fjarlægja allar límræmur af forsíðublaðinu án þess að skemma þær þar sem skipti verða annars erfið. Hins vegar, ef þú vilt læra hvernig Helmut Schmidt skrifar leikrit myndi ég fagna þeirri reynslu eins og öðrum.

Leyfðu mér að byrja á því að segja þetta um sjálfan mig: Ég veit fyrir víst að ég stangast á við allar ritreglur! Engin lög segja til um hvernig rithöfundur verður að skrifa; þó eru viðmiðunarreglur sem þarf að fylgja við gerð efnis til útgáfu. Að mæla með (og ég nota orðið viljandi), að skrifa leikrit ætti að fara svona fram: þú ert nú þegar með söguþráðinn þinn í huganum (tjáning sem notuð er til að skilgreina orsakatengsl frá ímynduðum atburðarás til væntanlegs loka), þannig að þú býrð til einhverja mynd handbókaráætlun væri tilvalið. Þetta þýðir: Þegar þú þekkir heildarsöguþráðinn þinn skaltu skrifa nákvæmlega hvað gerist í hverjum leik og atriði alveg til loka. Þegar þessu stigi er náð getur ritun hafist af alvöru á annað hvort minnisbók eða tölvu. Flestir ritstjórar ráðleggja leikskáldum að tileinka sér þessa nálgun þegar þeir skrifa leikrit; og flest leikskáld fylgja svo sannarlega þeirri leið þegar byrjað er að skrifa verkin sín. Sem sagt, ég geri það öðruvísi - bara með hugmynd og byrja að skrifa.

Ritferlið mitt fylgir ekki stífri dagskrá og sýningu. Þess í stað hugsa ég um hvaða persónur ég á að leika áður en ég bý til útlínur í hausnum á mér um hvað gæti gerst og byrja svo að skrifa allt leikritið beint inn í minnisbókina mína. Því miður veit ég aldrei nákvæmlega hvernig verkið mun þróast eða enda; Leikritin mín mótast aðeins með því að skrifa þau - í mörgum tilfellum veit ég í fyrstu er titill þess! Svo ef þér líkar nálgun mín við að skrifa gætum við orðið frábærir samstarfsaðilar!

Ó - eitt enn: þegar kemur að því að skrifa fyrir leikhópa, þá hefur áherslan mín tilhneigingu til að vera áhugamannaframleiðsla frekar en atvinnusvið - eitthvað sem ritstjórar minna mig oft á. Svo þarna ertu. Að skrifa eingöngu fyrir fagleg stig gefur mér möguleika á að vera sveigjanlegri að sumu leyti; Ég gæti sett inn mörg sett og búninga. En hvað væri tilgangurinn með því að bjóða verkin mín aðeins fáum útvöldum leikhúsum sem hafa ekki áhuga? Það getur tekið mörg ár, ef til vill aldrei verið sýnt á áhugamannasviðum vegna þess að átakið sem það myndi krefjast myndi vafalaust fara fram úr getu þeirra. Er ekki skynsamlegra að skrifa verk sem hægt er að útfæra á auðveldan og leikandi hátt af áhugaleikurum en samt uppfylla fagleg sviðsgæði og stigskröfur? Ég trúi því og þess vegna í skrifum lít ég fyrst og fremst á leikmannahópa. Hver hópur þarf leikrit á hverju ári. Fögnum nokkrum sígildum saman sem ég dáist sérstaklega að; þetta verður án efa vinsælt uppáhald hjá mér í mörg ár fram í tímann! "Maðurinn minn fer á sjóinn" og "Hinn húsgögnum heiðursmaður" eru frábærar klassík leikhússins; samt sem áður gætu nútímaleikrit (eins og "My Husband Goes to Sea" eða "The Furnished Gentleman") haft meiri þýðingu. Og fyrir leikhópa sem flytja leikrit sín á lágþýsku er sérstaklega mikilvægt að þeir nái til ungs áhorfenda; það gerist kannski ekki með verkum sem sett eru á 50 til 70s.
Nú er tækifæri fyrir mig til að kynna sögu leikhússins og byrja á því að útlista kjarnaeiginleika þess eins og Aristóteles sagði: Aðaleinkenni leiklistar er samræðudrifin hasarkynning, aðgreina hana frá frásagnarsögu. Það gætu verið heilar bækur skrifaðar um þetta efni en í staðinn mæli ég með að hlusta á málstofur eða heimsækja heimildir á netinu til að uppgötva rætur þess.

Ertu enn opinn fyrir samstarfi? Ég fagna því. Göngum saman eftir þessum vegi sem leiðir til að framleiða fyrsta leikritið okkar, sem gæti jafnvel orðið vel! Ég hlakka til að hjálpa. Ég er glaður.

Um 25 kílómetra frá húsi foreldra minna vann ég sem diskósöngvari á diskóteki um helgar frá 1984 - 1991, einu af þessum litlu þorpsdiskótum sem eru ekki lengur til í dag. Þar spilaði ég stakar plötur eftir C.C. Richards sem og lög samin sérstaklega fyrir þetta diskó af öðrum tónskáldum eins og Johnny Stein (sem því miður eru ekki lengur til í dag). Catch, Modern Talking auk U2 og Queen voru að spila úr hátölurunum um kvöldið, þar sem ég starfaði sem einn af plötusnúðunum sem ber ábyrgð á að veita gestum upplýsingar í gegnum hljóðnemann minn um hvern listamann eða lag þegar við spiluðum hvert lag og gleðjum þá! Dans var frábær skemmtun; sá sem dansar mikið þarf eitthvað að drekka; snjöll viðskiptataktík! Á hverju kvöldi fékk ég að uppfylla tónlistarbeiðnir ungra kvenna eins og Edeltraud Trey sem vildi alltaf „Touch by Touch" eftir Joy sem lag sitt. Þetta er þar sem Edeltraud Trey kom inn í líf mitt! Á einum tímapunkti sagði Edeltraud mér að hún væri að taka þátt í leikhúsi með áhugamannahópi og að frumsýning þeirra væri á næsta leiti. Ég mætti og hafði mjög gaman af frammistöðu þeirra; næstum einu ári síðar sagði Edeltraud mér að einn meðlimur þeirra væri farinn og þeir vildu ólmir sameinast aftur eins fljótt og auðið er.

Þar sem Edeltraud vildi einhvern „yngri" ákvað ég að ganga til liðs við Stapelmoor-leikhópinn í Rheiderland og leika ungan elskhuga Edeltrauds - alltaf að spila mitt hlutverk vel og njóta leiksýningar í botn! Eftir annað árið tók ég hins vegar eftir því að mörg verkin sem Spolbaas valdi voru ekki mjög nútímaleg og fór að kanna aðra leikhópa og hvaða verk þeir voru að flytja. Á milli 20 leikhópa sem starfa í kringum Leer, léku margir hefðbundin eða jafnvel klassísk leikrit í 1950-stíl. Á þeim tíma spiluðum við vinir mínir á lágþýsku; á þeim tíma var þegar að koma í ljós að þetta tungumál verður að efla meira í leikskólum og skólum vegna þess að sífellt fleiri börn heyrðu bara staðalþýsku frá foreldrum sínum. Þegar ég velti fyrir mér hvernig best væri að kynna lágþýsku í áhugaleikhópum, rann upp fyrir mér að það myndi ekki virka einfaldlega að flytja gömul verk frá sjötta og sjöunda áratugnum. Leikhús ætti líka að vera til í dag ef það á að vera áfram viðeigandi. Sérstaklega var áhyggjuefni að laða ungt fólk að leikhúsi og lágþýsku. Ég æfði "Funfair in 't Dorp" með leikhópnum mínum árið 1989 - með nokkrum skemmtilegum augnablikum en var annars bara enn ein bóndagamanmyndin frá sjöunda áratugnum. Sumarið sama ár byrjaði ég að nota Olympia ritvél og reyndi að skrifa mitt eigið leikrit. Á þeim tíma sem ég hafði aðeins lágmarks leikreynslu, var markmið mitt að skrifa eitthvað um nálgast silfurbrúðkaupsafmæli sem mitt fyrsta verk. Hún vill stóra hátíð - hann hefur verið atvinnulaus í nokkrar vikur en yfirgefur húsið á hverjum morgni og felur örlög sín fyrir konu sinni til að eyðileggja ekki gleði hennar á þessum spennandi tímamótum. Söguþráðurinn minn snerist um að finna leiðir til að borga fyrir þessa hátíð; þess vegna varð til þriggja þátta leikritið "Two Boys Too Many". Síðsumars 1989 var verki mínu lokið þrátt fyrir að ég skammaðist mín í fyrstu; þökk sé stuðningi Edeltraud hefur það síðan verið flutt margoft með góðum árangri.

Diedrich Wessels var leikstjórinn okkar. Hann sagði að það væri of langt og þyrfti að minnka það verulega; Ég vann að því með honum og við frumsýndum það með leikhópnum okkar í Stapelmoor í febrúar 1990 - nánast alltaf að spila fyrir uppselt áhorf? Finnst þér þetta vel heppnað leikrit?

Hvernig hefur árið 2018 verið frábrugðið fyrri árum? Ég trúi því ekki; það eru alveg eðlileg viðbrögð þegar fólk frétti af meðlimi áhugaleikhóps sem skrifar sitt fyrsta verk og fólk verður forvitið að sjá það - þetta endurspeglar ekki árangur en fær engu að síður góða dóma. Þegar ég skrifaði gamanmyndina með hlátur í huga, en án þess að vera of „flat“, komu fljótt fyrirspurnir frá ýmsum stigum sem vildu vita hvar þetta verk væri hægt að sjá; þannig að ég neyðist til að finna útgefendur. Þar sem ég vissi að leikhópurinn okkar keypti leikrit af Karli Mahnke í Verden - enn helsti útgefandi Þýskalands þegar kemur að lágþýskum leikritum og þar sem margar þekktar sígildar eru gefnar út - sendi ég verk mitt inn og vonaðist til að það yrði samþykkt þar. En eftir nokkrar vikur var handritinu mínu skilað og mér var tilkynnt að það væri ekki hægt að birta það eins og það er og vinna þyrfti að því áður en birting gæti átt sér stað. Að auki var mér boðið að heimsækja Verden vinnuhópinn sem olli mér reiði; eftir að hafa leikið aðalhlutverkið í ótrúlegu leikriti nokkrum vikum áður sem fékk standandi lófaklapp, þá var ekkert vit í því hvers vegna þetta sama fólk er að skrifa mér bréf og segja að verk mitt væri ekki nógu gott þegar það hafði ekki einu sinni séð það sjálft!

Í dag get ég hlegið að því; en taktu orð mín fyrir það - það sama getur komið fyrir þig. Eftir að upphaflega verk mitt hafði verið tekið til útgáfu varð ég hluti af vinnuhópi Dieter Jorschicks - ég sé ekki eftir því að hafa verið kennt þar þar sem það sem var kennt hafði gífurleg áhrif á gæði og stig síðari verka minna, sem við vorum oft ósammála. (Stundum mjög sterklega!) Sem maður sem var ekki auðvelt að hræða, vildi ég ekki bíða eftir að hafa klárað verkið mitt með að breyta eða breyta neinu heldur - í staðinn var ég hvatvís til að taka ákvarðanir og vildi að verk mitt yrði gefið út strax eftir að fyrsta verkið hafði verið unnið. búinn - eitthvað sem Dieter Jorschick gerði mögulegt með þolinmæði sinni á meðan hann var stundum ósammála (þó). Traust eins og alltaf, þegar kom að því að breyta eða breyta einhverju (jafnvel veruleg áhrif til að bæta síðari verk sem við ræddum í vinnuhópnum.) Dieter Jorschick kenndi okkur ómetanlegt í þessum málum! (þó við værum oft ósammála!) Þó stundum þrjósk og þrjósk sjálf að klippa eftir á! En eftir að hafa lokið því var það ákveðið birt strax án breytinga eftir að hafa skrifað eitthvað nýtt svo fljótt eftir að hafa byrjað eitthvað svo hratt; það þýddi að hafa lesið í gegn aftur áður en byrjað var á klippingarferlinu (nei sama...).

Þar sem fyrirspurnir frá ýmsum hópum höfðu þegar borist, hvað ætti ég að gera? Ég leitaði að öðrum útgefanda og skráði ritgerðina mína þar; þó, örlítið breytt fyrir þá líka. Þegar það var gert jókst sjálfstraust mitt hratt; þannig að ég byrjaði strax á næsta verki; sem að lokum leiddi mig til að skrifa fleiri og fleiri af þeim! Allt í einu varð ég afskaplega afkastamikill rithöfundur - já - sumir ritstjórar halda annað en ekki fyrir mig; verkið mitt þarfnast ekki mikillar endurskoðunar þegar þú ert að framleiða meiri vinnu! ég held annað!

Jæja, allt gerðist aftur árið 1990 og nú er ég nýbúinn að flytja mitt 48. fjölþátta leikrit undir þessum titli: Fjórar hendur fyrir eitt júgur." - Sem handrit þess.

Tíminn rennur út...

En ég skal fyrst passa mig á því að spyrja hvers vegna þú vilt skrifa leikrit. Að leggja til hliðar tal um árangur á þessum tímapunkti - við þekkjumst ekki og ekkert um bakgrunn þinn myndi benda til þess að það myndi henta sem höfundur - ekki örvænta; skrif krefjast ekki doktorsprófs, sérstakrar þjálfunar eða prófskírteinis, sem ég hafði svo sannarlega ekki sjálfur (svo við byrjum bæði á byrjunarreit!). Svo hver gæti það verið sem þú ert að reyna að vera?

Hér eru nokkur dæmi:

Ert þú karlmaður á fertugsaldri, vinnur sem fasteignasali, kvæntur, á þrjú börn, spilar karlalandsliðsfótbolta í frítíma þínum og hefur nýlega verið sannfærður af konu þinni um að ganga í áhugaleikhóp sem hún hefur tekið þátt í ár, sem þú hefur mjög gaman af og sem nú vekur þig svo spennu og tryllir að það að skrifa leikrit er orðið eitthvað sem þú vilt prófa sjálfur? - Allt í lagi þá.

Ímyndaðu þér þetta: þú ert einhleyp kona á fimmtugsaldri eða snemma á eftirlaunaárum sem upplifir einhver leiðindi heima en nýtur þess að fara á leikhúsviðburði af og til og hugsar: ég get örugglega gert það sem þessi höfundur skrifaði niður? - Samþykkt.

Snemma tvítugs þíns er full af óvissu um hvaða starfsferil á að taka. Ert þú áhugasamur lesandi með styrkleika í þýsku og ritgerðarskrifum frá skólanum? - Æðislegt. Hefur þú brennandi áhuga á leikhúsi? - Frábært.

Á eitthvað af dæmunum hljóma hjá þér? Sama aldur þinn, tegund þjálfunar eða ástæðu fyrir því að vilja skrifa, það sem er lykilatriði er að skrif þín koma innan frá - hvort sem það er að taka þátt í leikhúsi og efni þess. Og umfram allt: þú verður að taka frá þér nægan tíma fyrir þetta starf sem leikskáld - ég byrjaði í hlutastarfi og held þessu áfram í dag - þessi nálgun er alveg í lagi, vertu viss um að þú nýtir þér hverja vökustund sem til er til að skrifa!

Í grunninn ætti skrif að vera skemmtilegt fyrir þig - lestur er enn betri - eins og að fara í leikhús. Með því að hafa verið á sviði áður - jafnvel á áhugamannasviði - og leika nokkur hlutverk sjálfur - ertu miklu betur undirbúinn fyrir að verða höfundur sjálfur - eitthvað sem ég sjálfur gerði þegar ég byrjaði á þessari viðleitni.

Þó að ég viti ekki hvata þína fyrir því að vilja skrifa, gæti verið að leikrit hafi pirrað þig og þú viljir breyta því? Horfðir þú kannski á gjörning, kannski á rótgrónu sviði, þar sem það tókst ekki að skemmta? Eða hafa áhorfendur í leikhópnum þínum tekið eftir betri uppfærslum frá fyrri árum; eða jafnvel þú varst ósáttur við bæði heildarverkið og hlutverk þitt. Svo þú vilt bæta það? Af hverju ekki? -

Ertu að skrifa leikrit vegna þess að það væri skemmtilegt og myndi skila aukatekjum sem hluti af fullu starfi þínu? — Það er líka frábært. Hver svo sem hvatningin kann að vera - allt sem raunverulega skiptir máli er að það uppfyllir djúpstæða þörf innra með þér til að skrifa eitthvað dramatískt! Aðalatriðið er einfaldlega að gera það sem er skynsamlegt fyrir ÞIG - sama hvaða hvatir liggja að baki hvers vegna.

Ertu enn til og ertu tilbúinn? (O.k.). Sem sagt, við skulum halda áfram. Margir trúa því að ritun sé eitthvað arfgengt; fólk með rithæfileika lærir það ekki í gegnum akademískt nám eingöngu - það hlýtur að vera eitthvað erfðafræðilegt við hæfileika þess sem kemur í gegn; einhver þarf tilhneigingu fyrir eitthvað svona í þeim." [Svona fólk] hefur tilhneigingu til að hugsa "Ó ef einhver getur skrifað, þá hlýtur það að hafa komið einhvers staðar frá djúpt innra með sjálfum sér - þú getur ekki lært það nema það séu nú þegar hæfileikar þar]. En það þarf ekki að vera satt; allir geta lært það ef þeir fá nægan stuðning. [Svona fólk trúir oft] [...] en það er hægt að læra!" Fólk þess hefur tilhneigingu til að hugsa:

Þegar ég var 10 ára í 5. bekk skrifaði mamma oft ritgerðirnar mínar fyrir skólann sem ég átti í erfiðleikum með - þær venjulegu eins og: "Fallegasta hátíðarupplifunin mín" eða "Þrumuveðrið", eins og kennarar sögðu fyrir um. Þessar tegundir frásagnarritgerða voru mér erfiðar; móðir mín stóð sig vel í þessu; á 20 mínútum kláraði hún fallegar ritgerðir fyrir mig sem fengu stöðugt góðar einkunnir í skólanum - takk mamma! Því miður vaknaði áhugi minn á að skrifa aðeins síðar þegar ég var 25 ára fullorðinn.

Engin lög eru til sem setja fram sérstakar kröfur til að verða leikskáld. Svo lengi sem þú uppfyllir sum eða öll eftirfarandi skilyrði ætti ferill þinn sem leikskáld hins vegar að ganga snurðulaust fyrir sig:

Ert þú einhver sem hefur gaman af félagslífi, bæði að tala við aðra og hlusta?

Finnst þér gaman að vera upplýstur um alþjóðlega og staðbundna viðburði, lesa jafnt dagblöð og skáldsögur, sækja leikhús, kvikmyndahús, óperur og tónleika sem og menningarviðburði eins og fyrirlestra?

Ert þú einhver sem hefur gaman af því að horfa á kvikmyndir í sjónvarpi, sem og ýmsa spjallþætti, skýrslur og seríur af og til? Geturðu spáð í hálfa leið hvernig kvikmynd mun enda?

Geturðu svarað einhverjum eða öllum þessum atriðum játandi? Jæja, eftir hverju erum við þá að bíða?

Auðvitað gætirðu keypt blað og blýant og byrjað að skrifa, en enginn útgefandi í dag tekur við handskrifuðu handriti sem skilaefni. Það er kannski ekki lengur hægt að skrifa í nútímanum án tölvur, geymslumiðla og ritvinnsluforrita eins og Word. Ég mæli eindregið með því að nota „Word" fyrir leikritaverkefni sem verða gefin út. Hugbúnaður fyrir textatöku og klippingu frá Microsoft; Útgefendur treysta líka oft á það. Til að ná sem bestum árangri bjóða sérsalar upp á nýjustu útgáfuna. Þó að þetta forrit kosti um það bil 100 evrur í kaupum, þá stoppar ávinningurinn ekki við að slá inn texta í tölvu; notendur fartölvu njóta líka góðs af. Margra ára vinna eingöngu við fartölvur hefur gefið mér þann kost að vera sveigjanlegur; Ég get tekið þau með mér hvert sem er og notað tækið þegar þörf krefur. Bæði vélbúnaður (fartölvuna) og hugbúnaður (Word) eru nú tilbúnir og bíða eftir að fanga allar hugmyndir sem upp koma. Ef þetta ferli er of fljótlegt fyrir þig og þú vilt frekar vinna án tölvu, ef þessi aðferð virðist of hröð, þá gæti það líka virkað að byrja að nota blokk og blýant; áfram geturðu alltaf haft með þér lítinn bækling og penna til að skrifa minnispunkta eftir þörfum; en lokaverkið þitt verður að fara í tölvu; því væri skynsamlegra fyrir þig að venjast því að nota einn frá fyrsta degi.

Byrjaðu á því að finna hið fullkomna rými til að skrifa í. Sumir höfundar halda því fram að það verði að vera tómt herbergi með skrifborðið þitt á sínum stað - einfaldlega lokaðu hurðinni á eftir þér, leggðu allt til hliðar í kringum þig og byrjaðu að skrifa með algerri einbeitingu!
Jæja, ef það er hvernig sumir höfundar skrifa, þá er ekkert athugavert við það; en að gefa í skyn að skrif geti aðeins gerst svona er algjört bull.
Finndu rými sem talar til þín og leyfðu engum öðrum að segja til um hvar eða hvernig það ætti að líta út. Ég held að það sé sérstaklega nauðsynlegt að hafa nóg af lýsingu og notalegt andrúmsloft. Ég er svo sannarlega með skrifstofu með skrifborði; hins vegar finnst mér líka gaman að skrifa inni í stofu þar sem ég ligg í sófanum með minnisbókina upp að læri og bíð eftir að innblástur skelli í mig. Engin þörf á algjörri þögn heldur; falleg tónlist hjálpar mér að einbeita mér! Ritstíll Chris de Burgh er einn sem ég kann sérstaklega að meta fyrir að skrifa úti í góðu veðri - ég nýt þess að sitja úti á verönd eða bekk í garðinum og skrifa á meðan ég fer í langar lestarferðir líka! Jafnvel í flugi skrifa ég oft. Það eru meira að segja höfundar sem njóta þess að sitja á kaffihúsum með minnisbókina sína og skrifa fyrir framan annað fólk; ef þessi nálgun talar til þín - skoðaðu hana! Allt er hægt.

Hvað skrifin varðar er staðsetningin algjörlega undir þér komið; finndu þér þægilegan stað þar sem þér líður best en vertu viss um að annað fólk trufli ekki eða trufli of oft; þetta ætti að gera þér kleift að einbeita þér. Ef þú átt fjölskyldu, láttu þá bara vita fyrirfram að þú viljir fá samfelldan tíma til að skrifa. Tími dags til að skrifa

Um leið og þú finnur fyrir tilbúinn og áhugasaman til að skrifa, taktu skrefið! Þegar skap þitt hefur versnað eða þér finnst þú niðurdreginn - kannski vegna þess að einhver mikilvægur er farinn - ekki skrifa. Bíddu í einn eða tvo daga þar til andinn batnar áður en þú byrjar að skrifa aftur. Ef eitthvað hefur komið þér í uppnám – eins og að missa einn af nánustu vinum þínum – getur skrif oft veitt þér huggun.

Ef ástvinur hefur dáið eða þú ert að upplifa eitthvað mikilvægara sem er þér pirrandi, er líklega ómögulegt að skrifa - þetta ferli getur jafnvel tekið vikur eða mánuði! Nenni ekki einu sinni að reyna!

Ekki þvinga sjálfan þig til að skrifa bara til þess að trufla þig frá slæmu skapi, þar sem þetta virkar ekki. Hvað þá að hugsa um það sem slíkan valkost!

Engar fastar reglur eru til um hversu lengi rithöfundar eiga að skrifa, en einn til tveir tímar í einu (það er um það bil 1000 orð) ættu að duga fyrir afkastamikil vinnu. Forðastu að skrifa aðeins einu sinni í mánuði þar sem það verður mjög erfitt að finna þráðinn þinn aftur - lifðu frekar verkinu þínu. Hugsaðu um og ræddu við aðra verkið þitt þegar þú skrifar ekki; sumar hugmyndir um frekari þróun þess vakna oft jafnvel án þess að slá neitt inn! Vertu meðvitaður um það sem þegar hefur verið skrifað hingað til og sjáðu fyrir hvað gæti gerst næst (vettvangur, athöfn). Ekki hika við að taka hlé - jafnvel í nokkra daga - hvenær sem það hentar! Þú ert velkominn, jafnvel þegar þú tekur þér hlé - ekki hika við jafnvel í marga daga!

Leikritahöfundar hafa einu sinni sagt mér að það taki tvö ár fyrir þau að skrifa leikrit - venjulega að skrifa 20 blaðsíður áður en þau leggja það frá sér í þrjá mánuði og snúa aftur þremur mánuðum síðar til að vinna frekar að því. Þegar loksins er lokið í grófu útgáfuformi sínu eftir að nokkrir mánuðir eru liðnir, þá vinna þeir það aftur og aftur.

Ímyndaðu þér undrun mína að heyra af þessum fréttum; svona fyrirkomulag myndi aldrei detta í hug! Hins vegar, ef skrif eru áfram sameiginleg ástríða okkar, gleymdu þessu máli þar sem lífið líður hratt hjá.

Höfum við þá rætt allt hingað til? Dásamlegt. - Svo skulum við fara að vinna núna þegar allt er tilbúið? Er tölvan þín eða fartölvuna búin, eða að minnsta kosti púði og penni, sem og kjörið vinnurými tilbúið? Nú er hentugur tími og staður fyrir okkur öll. Við skulum fara í það - það ætti að gera það í bili.

Undirbúningi er lokið og nú er kominn tími til að einbeita sér að aðalmálinu - fyrsta sviðsleikritinu þínu!

Leikritið þitt byrjar á grunnhugmyndinni. Venjulega er hægt að lýsa þessu í einni langri setningu sem vekur spurningar frekar en staðhæfingar; héðan myndast persónurnar og söguþráðurinn venjulega lífrænt - til dæmis:

„Ímyndaðu þér þetta: Ef kvensjúkdómalæknir greindi 45 ára barn ólétta, en sama dag dóttir hennar mætti með sama eftirnafn í blóðsýnistöku og eitthvað færi úrskeiðis, hver yrði niðurstaðan? (uppskriftin að velgengni)

Hvernig mun ein ríkasta fjölskylda Þýskalands bregðast við þegar fréttir herma að halastjarna muni ná jörðinni innan nokkurra vikna og líklega binda enda á allt líf á jörðinni? *(Pyramids of Time) Söngleikur í þróun

„Hvað myndi gerast ef tveir atvinnulausir karlar færu að bjóða upp á fylgdarþjónustu fyrir konur?"*(Velkomin til Chez Andre) „Tveir heimilislausir einstaklingar höfðu notað yfirgefið sumarhús á eyju til skjóls yfir vetrarmánuðina, en samt er verið að selja þetta hús. og fjölskylda er að flytja inn"*(Heideweg nr. 11)

Amatörefnafræðingur býr til sermi sem ætlað er að útrýma allri svitalykt og mun framkvæma próf með sjálfviljugum prófessorum." *(Brjálaði prófessorinn).

*Titlar á verkunum mínum sem voru innblásin af þessum grunnhugmyndum. mes Skildirðu það? Aðeins ein setning dugar yfirleitt fyrir hugmynd; skrifa niður einn getur jafnvel hjálpað. Hugmyndir geta komið til okkar hvar og hvenær sem er; til dæmis, árið 1991, þegar Renate og Stefan Brommelhaup giftu sig á vinnustaðnum okkar, sögðu þau mér frá öllum ákafanum brúðkaupsundirbúningi sínum mánuðum fyrirfram - ég var viðstaddur athöfnina sem áheyrnarfulltrúi sat í kirkjunni og horfði á.

Veistu svarið við þeirri spurningu? Í leikritinu gerir allt sem gæti farið úrskeiðis við brúðkaupsundirbúning og raunverulega athöfn! Þetta skapar frábæra gamanmynd sem áhorfendur elska!

Ég held að það sé hluti af því hvers vegna þetta verk er flutt svona oft; flestir áhorfendur hafa orðið vitni að að minnsta kosti einu brúðkaupi í fjölskyldu sinni; eða þeirra eigin, áður en þeir horfa á þetta leikrit. Að gera fallegasta daginn þinn (stundum ekki!!) eftirminnilegan krefst ítarlegrar undirbúnings - jafnvel þá gætu hlutirnir enn farið úrskeiðis, sem skapar enn meiri dramatík þegar hann sést á sviðinu! Og vegna þess að enginn vill upplifa það af eigin raun, kunna áhorfendur að meta að sjá slíkar myndir leika frammi fyrir þeim á sviðinu!

Leyfðu mér að koma með annað dæmi um hvernig dramatúrgía virkar. Ef skrif þín skortir augnablik sem verða hrífandi eða spennuþrungin eftir nokkrar blaðsíður, þá telst verkið þitt ekki vera dramatískt - leikritið getur ekki virkað án átaka og spennu!

Byggja upp banality! Þetta er frábær leið til að læra leiklist. Þetta tveggja þrepa ferli virkar fullkomlega! Taktu eftir!
Ung kona á tívolí horfir á tómt parísarhjól sem snýst hægt um það.

Finnst þér þetta efni og dramatík þess heillandi og hrífandi? Kannski ekki; í því tilviki, hvaða spurningar koma upp í huga þinn um leið og þú ímyndar þér þetta atriði?

Getur einhver útskýrt hvers vegna konan á þessari mynd er ein á messunni? Eru þeir að hugsa um að fara á parísarhjólið og njóta þess? Spurningarnar mínar hafa næstum því runnið sitt skeið... ég vil ekki einu sinni vita meira, þar sem að horfa á tómt parísarhjól á tívolí getur verið mjög leiðinlegt - eða þurfa þeir jafnvel einhver svör?!?!?
Svo nú skulum við lengja þessa setningu:
Ung kona á tívolí er að horfa á fullt og snýst parísarhjól þegar skyndilega einhver dettur 30 metra frá einum kláfnum þess! Vá! ÞAÐ er nú dramatískt!
Og þá koma spurningarnar: Hvers vegna datt þessi manneskja af kláfnum? Var það slys eða morð? Hverjir voru í þessum kláf, þar á meðal hver unga konan er sem situr með.... Viltu annað dæmi til að hjálpa þér að kynna þér dramatísk augnablik? - Já endilega!
Ung, hamingjusöm pör vilja giftast. Báðir vilja gera það "mey".
Jæja, það kann að virðast óhefðbundið þessa dagana - en það er undir hverjum og einum komið að ákveða. Hvaða fyrirspurnir eða fyrirspurnir koma upp úr þessari setningu? Kannski eitt: hvers vegna vilja báðir einstaklingar fresta fram að brúðkaupi sínu? Við framlengjum þessa hugsun:
Stuttu fyrir brúðkaupsdaginn ákveður óhamingjusamt, ungt par að ganga í hjónaband án þess að vita að þau séu ólétt - aðeins til að það komi í ljós að skömmu síðar er unga konan ólétt! Óþarfur að taka fram að nú eru fleiri spurningar en svör fyrir alla sem að málinu koma.
Endilega reyndu að búa til dramatúrgíu eða spennandi punkt í gegnum setningar eins og þessa - það virkar virkilega! Að auki gætu hugmyndir þínar ratað inn í verkið þitt.
Hefur þú þegar hugmynd um hvað fyrsta verkið þitt ætti að fjalla um?
Þessi regla ætti að hjálpa til við að ákvarða hvort þú vilt skrifa gamanmynd, glæpasögu, leikrit eða söngleik. Hafðu líka í huga hvort þú viljir velja á milli skissuskrifa, eins þátta og fjölþátta leikrita og á hvaða tungumáli á að skrifa.
Þá byrjaði ég strax á fjölþátta leikriti og hef einbeitt mér eingöngu að gamanmyndum síðan. Í tilgangi þessarar bókar munum við ræða gamanmyndir í fullri lengd. Sem hefðbundið þýska er mælt með því tungumáli sem ég hef valið (þó lágþýska gæti virkað ef hún er þýdd eða ef hún er þýdd yfir háþýsku með því að gefa út verkið þitt, þá fær útgefandi venjulega einnig réttindi til að þýða leikritið þitt eða skáldsöguna á

aðrar mállýskur eins og hollensku, svissneska þýsku eða annað). Þar sem lágþýska er kannski ekki eitthvað sem allir geta talað reiprennandi enn sem komið er munum við skrifa verkið okkar með hefðbundinni þýsku í staðinn - þó að lágþýska gæti virkað ef skrifa þarf frumdrög á lágþýsku þar sem lágþýska getur þýtt yfir á háþýsku áður en hún er þýdd aftur áður en það er þýtt aftur áður en það er skrifað allt á háþýsku í staðinn nema við ákveðum að skrifa verkið okkar!

Upphafleg hugmynd þín að leikritinu ætti ekki að koma hvaðan sem er. Ekki gera þau mistök að skrifa um einhvern sem fer í fangelsi fyrir skattsvik og segja ættingjum sínum að þeir séu að ganga í herinn aftur, bara til að skip þeirra sökkvi síðar - né skrifa um leikhóp sem setur upp leikrit með æfingu og frumsýningu. atriði sem gerast í einum þætti, með fyndnum árangri.

Leikhúsáhugamenn kannast nú þegar við þessi hugtök: maðurinn minn fer á sjóinn" og "Ekkert nema rugl". Ef þú skrifar eitthvað svipað þessu getur það valdið vandræðum með aðra höfunda sem krefjast réttinda á því; þess vegna væri best að búa til þína eigin hugmynd. fyrir verk og finndu þína eigin áhorfendur fyrir það í stað þess að plagiera eitthvað sem þegar er til Þar sem þúsundir sviðsleikrita eru þegar skrifaðar, eru þetta ennþá mögulegar í dag.

Hvaða hugmynd á enn eftir að nýta til fulls?

Enginn myndi saka þig um að hafa rangt fyrir þér ef þú trúir því að öll grunnþemu hafi þegar verið könnuð. Þetta gæti falið í sér arfleifð, lottóvinning, fæðingu barns, atvinnuleysi eða gjaldþrot og fleira.

Allir þessir þættir eru þegar til, en með réttri samsetningu kemur eitthvað nýtt fram - óviðjafnanlegt verk. Það er einmitt það sem þú átt að ná.

Vertu með opinn huga og notaðu hugmyndaflugið þegar þú leitar að innblæstri; jafnvel þótt söguþráður þinn komi frá öðrum uppruna eins og kvikmynd eða skáldsögu ætti aðeins að taka hana sem innblástur og ekki afrita beint í samræðuformi til birtingar sem leikrit þitt. Dekraðu við þína skapandi hlið og reyndu að koma með eitthvað sjálfur.

Nú skulum við koma með hugmynd að fyrsta verkinu þínu. Hvað finnst þér um þetta: "Sjötíu ára kona sem enn rekur hornverslun ætti að vera flutt af börnum sínum á elliheimili." Hvaða samtök eða spurningar koma strax upp í hugann sem svar? Lokaðu bókinni fyrst og hugsaðu djúpt um þessa fullyrðingu áður en þú skrifar niður það sem þér dettur í hug, lestu síðan lengra niður þessa hugmynd til að sjá hvort einhverjar svipaðar spurningar vakni fyrir sjálfan þig - ég hugsaði fljótt upp fimm slíkar fyrirspurnir sjálfur!

Af hverju eru börnin að reyna að vísa móður sinni úr landi?

Hvað verður um verslunina og hvað ætla börnin hennar að gera við hana?
Hvernig hagar móðir sér - áætlanir sem hún er að gera með öðrum o.s.frv?
Og að lokum hvernig er greitt fyrir hjúkrunarheimili?

Passuðu hugsanir mínar við þínar? - Fannst þér efnið spennandi? Ég vona það - þessi hugmynd er mín, samt hefur ekkert leikrit verið skrifað um hana af neinum höfundi enn sem komið er.

Það er ekki mikið rugl um hvað þetta efni nær yfir. Jú, það eru leikrit með hjúkrunar- og elliheimili sem þema; einn var sýndur í Ohnsorg-leikhúsinu í Hamborg rétt í fyrrasumar undir yfirskriftinni "Atschuss mien Leeve", en sígild eru einnig áberandi; en við búum til okkar eigin verk með því að nota hjúkrunarheimili sem bakgrunn frekar en sem sviðsmynd.

Sem fyrsta skrefið okkar í að þróa verkið okkar, það fyrsta sem við ættum að gera er að finna hvenær það ætti að eiga sér stað. Þú hefur algjört frelsi hér - veldu hvaða tímabil sem er fram að 1970 (áhugaleikhúsum gæti fundist þetta erfiðara), þó að búningur, sviðsmynd, tungumál og gjaldmiðill verði að passa saman ef leikið er áhugaleikhúsverk frá þessu tímabili - ss. búningar og sviðsmynd frá þessum áratugum - mun krefjast sérstakrar varkárni þegar leikið er. Áhugaleikhús hafa tilhneigingu til að berjast meira við þetta en atvinnusvið þegar þau gera verkið sjálft, en sum gera þetta samt með því að færa það fram á við 20-30 ár - eitthvað sem myndi aldrei gerast í áhugamannaleikhúsi! Þannig að við komumst að samkomulagi um að byrja frá 2008 fyrir sameiginlega vinnu okkar - er það í lagi með þig? Því miður get ég ekki boðið upp á mikið annað þar sem flest verkin mín gerast á milli þess tíma og nú þar sem verkin mín eru almennt ekki til á þeim tíma heldur!

Ég held að það væri hægt að kynna þetta verk aftur án þess að gera verulegar breytingar, frá og með 2008 vegna hægfara breytinga í Þýskalandi. Jafnvel árið 2015 ætti það enn að vera viðeigandi og gæti enn gerst - ekki taka orð mín fyrir það; vertu bara viss um að það gæti gerst eins og áætlað var. Heimurinn er stöðugt að breytast; Sérstaklega er tæknin ótrúlegur þróunarkraftur sem veldur mér stundum áhyggjum; ef ég kaupi farsíma í dag mun hann líklega verða úreltur á morgun ef ekki fyrr! Með leikritum er hins vegar algengt að ætlast til að þau haldist spilanleg í 10-20 ár án breytinga - eitthvað sem ég sá með verkum sem ég skrifaði fyrir 10 árum sem hafa lifað nánast óbreytt þrátt fyrir að gjaldmiðillinn okkar hafi færst úr Deutsche Mark (DM) í evru. Verkið þitt getur því haldið áfram að njóta sín af áhorfendum í nokkurn tíma!

Hver veit; kannski eftir 50 ár verður þessi mynd að tímalausri klassík!

Við ættum nú að fjalla um sviðsmynd. Í gegnum árin hef ég kynnst fjölmörgum áhugaleikhópum sem leggja mikið upp úr sviðsmyndum sínum; sumir líta jafnvel á það sem tækifæri til að sýna áhorfendum eitthvað sérstakt. En fáir hópar velja sjálfviljugir flókin leiksvið. Ennfremur forðast margir að sýna mörg leiksvið; fyrir suma hópa er þetta jafnvel ómögulegt; kannski á einhverjum tímapunkti þegar leikrit eru skrifuð verður nauðsynlegt að sýna allar aðgerðir með því að nota aðeins eitt sett. Ég hef upplifað það af eigin raun og fannst það alveg skaðlaust; sum áhugaleikhús gera þetta reyndar vel. Þótt atvinnuhópar kunni að nota snúningssvið án vandræða, ættu áherslur okkar að vera áhugamannastig; hvaða áhugaleikhús er með svona? Ef þú vilt að verkið þitt sé lesið víða og flutt oft skaltu forðast vandað sett með mörgum hlutum. Leikhópar hafa þann sveigjanleika að skipta um sviðsmynd fljótt á meðan allt aðrar myndir geta sett þær frá sér - jafnvel þótt verkið þitt sé vel þegið af leikhópum.

Nú gætirðu verið að spyrja hvers konar sviðssett á að nota. Möguleikar þínir til að búa þetta til eru miklir - himnaríki eða helvíti eru tveir góðir upphafspunktar; fyrir síðari valkostabeiðnina og lýstu þessari áfangastillingu í samræmi við það. Íhugaðu að taka að þér staði eins og veitingastaði, bakarí, garða, kirkjur, tjaldstæði eða verönd sem mögulegar aðstæður; að öðrum kosti eru biðstofur, hóruhús, klúbbhús, sjúkraherbergi og byggingarsvæði einnig hentugur kostur...
Eins og við þekkjum öll úr klassískum myndum eins og "Gossip in the Stairwell" og "The Furnished Gentleman" geta gangar gert frábærar umgjörðir. Þegar þú skrifar söguna þína og vilt að persónurnar þínar eigi sér stað einhvers staðar - eins og geiminn eða tunglið - dugar hvaða sett sem er. Mundu að allir leikarar verða að vera sýnilegir innan þessa sviðssetts!
Þar sem flestar persónur safnast saman, velja höfundar venjulega stofur eða eldhús-ásamt stofur sem sviðsmynd fyrir sögur sínar. Þetta er skynsamlegt þar sem stofur og eldhús ásamt stofum eru þungamiðja íbúða; þannig að notkun þeirra sem leiksvið er eðlileg og raunsæ. Salerni á einbýlishúsum virðast enn óviðeigandi sem sviðsmynd; engin furða að það hafi ekki náð sér lengra! - Ekkert stendur þó gegn því að nota stór salerni með nokkrum klefum og vöskum (t.d. hótel- eða veitingasalerni) sem sviðsmyndir; Ég hef aldrei séð einn áður en ef þetta myndi trufla þig þá vinsamlegast ekki hika - mér er alveg sama ef það myndi trufla þig þá vinsamlegast láttu mig vita!

Ertu heillaður af mismunandi sviðsmyndum? - Hefur þú áhuga á óvenjulegri sviðsmynd, eða jafnvel mismunandi fyrir hvern þátt í verkinu þínu? Allt í lagi. Svo

kannski hóruhús fyrir I. laga vinnu þinnar, síðan byggingarsvæði II. og Space Act III...
Ég mæli gegn því en hvet til tilrauna þar sem þetta myndi krefjast faglegra sviðasmiða
sem gætu náð því sem þú biður um - eitthvað áhugamannahópar eru síður færir að
gera í samanburði við fagmenn - þar sem hver athöfn hefur þrjú einstök sett sem
krefjast sérstakrar byggingarmanna - þess vegna hvað myndi það koma þér út? - Og
meiri en líklegur árangur myndi koma út úr því... svo hvað geta áhugamannahópar
fengið út úr mörgum sviðsmyndahönnunum en að prófa eitthvað svona...? -
Áhugamenn forðast flókið sett eins og þetta!
Nú þurfum við að koma okkur saman um sviðsmynd fyrir fyrsta verkið þitt, en hverja
eigum við að velja? Einn valkostur væri fyrir okkur að einbeita okkur að konu, börnum
hennar og þessari litlu búð sem umhverfi okkar. Í ljósi þess að hún mun líklega leika
eitt af aðalhlutverkunum, helst ætti þessi umgjörð að eiga sér stað þar sem þessi
manneskja eyðir tíma sínum eins og hvar verslunin þín gæti verið staðsett þar sem
þetta gæti þjónað sem hið fullkomna sviðsmynd - en vinsamlegast hafðu eftirfarandi
þætti í huga áður en þú gerir þetta:
Að sýna fullbúna verslun krefst töluverðrar vinnu fyrir hópa; það þarf líklega mat og
leikmuni. Ef konan þarf að fara inn á elliheimili (við vitum ekki ennþá hvort börnin
hennar ráða við það eða ekki), hvað verður um verslunina á eftir. Það fer eftir
þróuninni, líklega myndi það opna aftur sem annað verkefni.
Sviðshönnun tekur tíma og fyrirhöfn, svo ég legg til að setja þetta verk í eldhús-stofu
þessarar konu, með óbeinum gangi sem leiðir beint að búð í bakgrunni. Þetta lítur
mjög vel út og gerir áhorfendum kleift að ímynda sér það þó þeir sjái það ekki beint.
Því miður erum við að snúa aftur í eldhús sem borðað er; en þessi lausn virðist tilvalin
hér. Ertu sammála? Æðislegt.

Í upphafi hvers leikrits verður höfundur þess að lýsa sviðsmynd þess. Ekki aðeins
verður þú að hafa leiksviðshönnunina í huga heldur einnig herbergi sem eru ekki
sýnileg áhorfendum en samt mikilvæg fyrir það sem er að gerast; þó þú þurfir ekki að
lýsa þessum. Sérhver sviðsmynd þarf inngang og útgang - í þessu tilviki hurð. Hvar
það er sett fer eftir verkinu þínu - ef það skiptir ekki máli skaltu einfaldlega skrifa það í
lýsinguna þína. Ímyndaðu þér sviðshönnun okkar þannig að stóri gangurinn sem liggur
að búðinni sé settur að aftan - á móti bakvegg hennar - til að snúa í burtu frá
hugsanlegum truflunum utan frá. Á hægri hönd er hurð sem leiðir beint út; en á vinstri
hönd er annar sem leiðir inn í önnur herbergi. Eldhús, svefnherbergi og baðherbergi)
Þar sem söguhetjan okkar mun ekki alltaf vera til staðar í búðinni, eldhúsinu eða út úr
húsinu; Þess vegna er vinstri hurðin fullkomlega skynsamleg sem inngangur inn í aðra
hluta búsetu söguhetjunnar okkar. Þannig að ef við erum núna með þrjár hurðir (eða
tvær hurðir og gang) er nauðsynlegt að ákvarða hvort glugga sé enn þörf eða æskilegt.

Gluggi bætir alltaf sjónrænum áhuga; en ef tilgangur þess fyrir verkið þitt hefur enga þýðingu (enginn þarf að líta inn eða út, enginn flótti í gegnum glugga o.s.frv.), einfaldlega slepptu því eða láttu það til sviðshönnunar.

Byggt á stærð þinni og möguleikum gæti sviðshönnun verið meðhöndluð innanhúss sjálfur. Ef ritunar- eða sköpunarferlið gefur tilefni til hugmyndar um eitthvað fjörugt við glugga eða umgjörð þeirra sem einnig er óaðskiljanlegur sviðsmynd, er það nauðsynlegt; en ekki þvinga leikmyndahönnuði leikfélagsins með smáatriðum sem ekki leggja neitt verulegt eða nauðsynlegt til leiks; einfaldlega vegna þess að það skapar skapandi skrif!
Hugleiddu þá hugmynd í hausnum á þér. Tillaga mín krefst ekki glugga; nægar tvær hurðir (hægri og vinstri) með gang sem leiðir aftur inn í búðina.

Nú þegar við vitum að markmið okkar eru skýr, skulum við setja upp herbergið. Vinsamlegast gefðu upp eins mikið af smáatriðum og mögulegt er en hafðu nægt svigrúm fyrir hópa til að búa til sín eigin listaverk; og reyndu að hafa ekki upplýsingar sem eru óþarfar fyrir verkið. Sem leikstjóri og sviðsmiður, ef þú lýsir öskugráum sófa sem áberandi í herbergi, myndi ég vilja vita hvers vegna þessi tiltekni litur skiptir verkið þitt svo miklu máli. Svo slepptu eitthvað eins og þessu bara vegna þess að það er hvernig þú sérð það fyrir þér, jafnvel þó að það hafi nákvæmlega enga þýðingu. Um leið og leikritið þitt er gefið út og flutt ertu viss um að verða vitni að nokkrum uppfærslum á því - hver framleiðsla er einnig talsvert frábrugðin sviðshönnunarþáttum. Áður en þú leggur fram beiðnir, vertu viss um að huga að þeim hlutum sem styðja og styrkja verkið þitt sem hluta af sviðshönnunarþörfum þess. Húsgögn ættu að passa við hverja persónu. Þar sem við höfum ákveðið eldri konu fyrir leikritið okkar (köllum hana Lady X í bili) geri ég ráð fyrir að hún verði ein af viðkunnanlegu persónunum innan þess. Þegar hún er sjötug er hún kannski ekki að standa sig sérstaklega vel fjárhagslega - en gæti samt viljað reka hornbúðina sem ánægjuefni. En ef hún er vel liðin á vinnustaðnum sínum, þá verður peningastjórnun hennar örugglega betur stjórnað - eitthvað sem hefur einnig áhrif á sviðsmynd okkar - sem gæti vissulega breytt útliti hennar á annan hátt í stofu ósamúðarfulls auðugs einstaklings en konu X? - Núna sé ég hreina og notalega eldhús-stofu sem hvorki gefur til kynna auð né fátækt. Ertu á sama hátt? Hins vegar, ef við ímyndum okkur að börn Queen X taki allar tekjur hennar í burtu og neyði hana til að reka verslunina jafnvel á gamals aldri þrátt fyrir fjárhagslegt álag - þá breytist ástandið algjörlega og sviðsmynd getur vissulega orðið dreifðari.
Strax frá opnun leiksviðsins verður fátækt okkar frú augljós með sviðsmynd - án þess að þurfa samræður - að gefa strax yfirlýsingu án þess að þurfa samræður frá

einhverjum leikara okkar. Því miður breytist þetta í meira drama vegna þess að umræðuefnið virðist mjög alvarlegt og dramatískt... Ég hélt að við hefðum verið sammála um grín- og þessi annar valkostur fyrir sviðsmynd var ekki alveg það sem við vorum sammála um - ég vona að þér líði svipað.

Ímyndaðu þér þetta herbergi með húsgögnum og lýstu því í verkinu þínu. Eldhús-stofur innihalda venjulega sæti, svo sem hornbekk eða einfaldlega borð og stóla; þar sem konan okkar er nú þegar sjötug, gæti hægindastóll verið skynsamlegra; EN: Ekki hika við að leika þér og nota leikmuni og húsgögn á skapandi hátt!
Ef það er kínverskur skúlptúr í verkinu þínu ætti nærvera hans að vera skynsamleg með tilliti til samhengis. Ef geislaspilari eða sjónvarp eru skráð á meðal lýsingarviðmiða þíns þá ætti þetta líka að leggja sanngjarnt framlag.
Á einhverjum tímapunkti í viðleitni vettvangsbyggingar mun þurfa að nota tæki fyrir kjölfestu og fyrirhöfn. Þegar þetta kemur upp í leikatriði skaltu skrifa það niður að þessi mynd tilheyri henni ef hún birtist. Ef leikari notar einn í hasarsenu á aðliggjandi vegg, skrifaðu það líka! Ef þessi innrammaða ljósmynd ætti að vera hluti af annarri senu, skrifaðu þá staðsetninguna líka niður sem sönnun þess að þessi tiltekna mynd komi frá henni.
Til að byrja með ættu myndir að vera hengdar upp sem hluta af leiknum frá upphafi. Ef mynd er hins vegar ekki hluti af leiknum skaltu ekki finnast það takmarkað með því að láta hana hanga beint á vegg; fallegir litlir hlutir sem þú gætir fundið í eldhúsinu þínu gætu virkað eins vel; flestir sviðasmiðir hafa tilhneigingu til að innlima slíkar skreytingar hvort sem er.
Sviðshönnun (dagatöl, blóm, skreytingar á borðum og skápum o.s.frv.) Hef ég gert mig skýra? Nei? Leyfðu mér að útskýra hvað sviðsmyndin fyrir þetta verk gæti falið í sér:
Sviðshönnun:
Þessi sviðsmynd sýnir eldhús-stofu frú....(Lady X's). Að aftan liggur op inn í matvöruverslun þeirra - sýnilegt úr öllum sætum - þar sem eru ýmsar matarpakkar og drykkir sem fást þar, auglýsingaskilti fyrir umrædda verslun sem og auglýsingaskilti sem kynna umrædda matvöruverslun. Fortjald úr viðarperlum eða flottum ræmum kemur í veg fyrir að einhver sjái í gegnum það nema einhver gangi í gegn. Það er ein hurð sem leiðir út á bæði hægri og vinstri hlið.

Stofa Lady X er þægilega og einfaldlega innréttuð, með sófa, tveimur hægindastólum (eða hornbekk), borði, skáp og síma; það eru líka símatengi og geislaspilarar í nágrenninu auk þriggja ljósmynda á veggjum sem sýna látinn eiginmann hennar, son þeirra og hana sjálfa (sjá mynd til hægri).

Tengdadóttir og barnabarn) með nokkrar skáldsögur til sýnis á opinni hillu sem fest er við vegg.

Ef þú þarft mörg sett fyrir önnur leikrit sem þú ert að skrifa, greindu hverja senu fyrir sig: 1. þáttur:- 2. þáttur: o.s.frv. Fullnægt? - Allt í lagi, þegar ég var að hugsa í gegnum sviðsmyndina okkar áttaði ég mig á að ég myndi nota símann á einhverjum tímapunkti; tónlist gæti líka aukið dýpt. Fyrir Lady X að lesa; myndir á veggjum þínum tákna fjölskyldu hlýju sem gæti líka haft merkingu í þessu verki; hér hef ég þegar hugsað í gegnum persónurnar okkar sem munu koma fram í komandi köflum leikritsins okkar!

Margir höfundar, þar á meðal ég, nota gjarnan eftirfarandi vinsæla setningu í lok sviðslýsinga: "Allur annar búnaður er í höndum leikhópsins". Þetta gefur leikmyndahönnuðum smá frelsi á sama tíma og þeir ætlast til þess að leikhópar setji hluti á svið sem virðast viðeigandi út frá leik og samræðum. Flestir áhugaleikhópar leggja mikla alúð og hugsun í hönnun sína; því miður tekst ekki öllum þessum afrekum!

Það sem við lærðum núna var einfaldlega að útlista settar kröfur fyrir þetta verk.

Hins vegar gilda sömu meginreglur fyrir hverja sviðsmynd sem þú þarft: Lýstu henni í smáatriðum en skildu samt eftir laust pláss á sviðinu. Þegar leiksvið byrja að hækka og taka á sig mynd fyrir framan þig, getur hjarta þitt bólgnað; aðeins til að sjá síðar eitthvað að þegar litið er til baka í gegnum myndir teknar úr þessum settum; þetta gerist allt of oft!

Áhugaleikhópar - sama hversu rækilega þú útlistar sviðsmynd sína - gleyma stundum nokkrum nauðsynlegum hlutum, jafnvel eftir að hafa gert ráðstafanir til að hafa allt sem nauðsynlegt er til að ná árangri í sviðsmyndinni. Þegar kemur að leikmuni sem þarf aðeins að nota einu sinni í hverri þátt, eins og þeim sem þarf fyrir hverja senu í upphafi hvers þáttar. Stundum þýðir þetta að sakna þeirra alveg! Þegar það gerist ættu þeir ekki að vera hluti af heildarsettinu, heldur fyrir hverja senu.

Á þessum tímapunkti ætti sviðshönnun að vera lokið. Þú hefur öðlast nægan skilning á því hvaða sviðsmyndir geta og ætti að biðja um frá ýmsum hópum sem sviðsmynd og hvað ætti að forðast með öllu.

Að því gefnu að við höfum þegar hugmynd og sviðsmynd lýst, skulum við fara yfir í einn af mikilvægustu kaflanum: persónur eða söguhetjur. Ein lykilákvörðun verður hversu margir á að hafa með; ætti ég að taka bara með kjörnúmerið mitt, eða ætti ég líka að huga að getu minni og huga að öðrum þáttum sem koma við sögu sem hluta af ákvörðunarferli þeirra? Staðreynd: Verkið þitt getur innihaldið 20 eða fleiri leikara án þess að brjóta neinar reglur; Á sýningum sem settar eru upp og sýndar í leikhúsum undir berum himni eru oft 30-50 leikarar í einu, sérstaklega sögulegar uppfærslur sem venjulega nota enn fleiri. Ég elska að horfa á svona hluti. Það er líka nóg pláss fyrir utan; Stórt svið undir berum himni gæti auðveldlega hýst 50 flytjendur ef þörf krefur, en í okkar tilgangi hér skulum við einbeita okkur að litlum rýmum eða sviðum sem gætu einnig verið með stórum flytjendum. Áhugaleikhópar þurfa yfirleitt aðeins ákveðinn fjölda virkra leikara; fjöldinn fer algjörlega eftir hugmyndum þínum og söguþræði - stundum duga tólf; önnur skipti eru aðeins fjögur nauðsynleg. Á frumsýningum á leikritum mínum óska leikstjórar oft eftir fleiri leikmönnum. Hópurinn okkar samanstendur af 15 virkum meðlimum; það væri yndislegt ef allir 15 gætu tekið þátt." Á meðan, þegar ég er í annarri borg, heyri ég oft: "Ó, vinsamlegast skrifaðu fleiri verk með færri spilurum í framtíðinni; Hópurinn okkar samanstendur aðeins af 6 einstaklingum og ekki allir vilja hlutverk".
"Jæja, þar sem það er erfitt að gleðja hvert svið, þá eru hér meðmæli mín: Fyrir 7 til 8 manns á stykki til að tryggja vellíðan og aðgengi á flestum sviðum. Hins vegar gætirðu prófað að skrifa einn með 6, 10 eða 13 manns sem valkost. ; en almennt séð er 7-8 ákjósanlegt."
Sérhver persóna krefst nafns. Þú getur gefið hverjum þeirra eigin sérkenni; samt forðastu að nota nöfn þekktra persónuleika, því það þætti kjánalegt fyrir söguhetjur þínar að bera nöfn eins og Helmut Kohl, Heidi Kabel eða Veronica Ferres - þetta gæti jafnvel valdið árekstrum. En jafnvel þó að nöfn persónanna þinna séu ekki „fræg“, vinsamlegast vertu viss um að þau séu viðeigandi. Ef það er áberandi fyrirtæki eins og Apple sem gæti birst, til dæmis. Ef A. er stjórnað af Hans og Beate Hansen, Ludger Memmen eða Detlef Meyer sem giftir maka, þá væri skynsamlegt að nefna þá ekki beint í verkinu þínu. Það er fólk sem hefur lítinn áhuga á leikhúsi, en að heyra eða lesa nafnið sitt í ókunnu verki gæti valdið tilfinningalegum skaða á persónuleika þeirra. Ef þessi óheppilega tilviljun tengist tveimur raunverulegum einstaklingum frá stóru fyrirtæki eða svipuðu samhengi; enginn ætti að kenna þér!

Persónurnar mínar taka oft nöfn sín úr gamalli símaskrá. Nú eru líka möguleikar á geisladiskum. Þegar ég bý til sögurnar mínar blanda ég stundum saman fornafni og eftirnöfnum á skapandi hátt; þú ákveður hvernig best er að nálgast þessa áskorun.

Við skulum tala um að nefna persónurnar okkar og leikaralið fyrir leik okkar. Til að byrja með gegnir Queen X mikilvægan þátt. Hvaða nafn myndi henta henni best? - Kannski myndi Leni Kramer úr upprunalegu nafni hennar Helene nægja, eða hvað með að Gerda Krupp eða Johanna Muchal eða Gesine Peters gæti hentað betur eftir persónulegum smekk þínum? Önnur íhugun þegar þú velur viðeigandi nafn er að hafa í huga aldur þeirra - til dæmis ætti Queen X að vera um 17-18 ára.

Að minnsta kosti fyrir 70 árum hefði enginn fætt barn. Annað dæmi: Ef leikrit þitt tekur þátt í presti, gætu börn þeirra heitið nöfn eins og Símon, Jóhannes, María eða Esther - þessar fíngerðir er hægt að læra fljótt - treystu mér! Stundum getur nafn hjálpað til við að skilgreina hver persóna er; það gæti farið eftir persónulegum óskum; fyrir viðkunnanlega unga konu vil ég frekar Silvíu, Helgu eða Heidi sem nöfn til að íhuga. Ég hef tilhneigingu til að tengja nöfn eins og Katharina, Elisabeth eða Gertrud við átakahættulegar persónur á sviðinu, þannig að þegar ég les nöfn þeirra hef ég tilhneigingu til að sjá þessar konur fyrir mér sem ábyrgðarmenn. Í staðinn kýs ég að kalla hvaða karlkyns persónur sem virðast nokkuð óþægilegar Joachim Focko Gerd Heinrich eða Kunibert. Sven, Jorg, Andre eða Sebastian virðast ekki vera viðeigandi nöfn fyrir slíkar persónur; ertu ekki sammála? En eins og með allt, þá gæti þetta bara verið persónuleg skoðun. *Ef einhverjir lesendur bera kennsl á Elisabeth eða Gertrud og telja sig vera yndislegt fólk, vinsamlegast fyrirgefið athugasemd mína sem móðgandi alhæfingu.

Við the vegur, ég geri ráð fyrir að konan okkar X sé af þýskri arfleifð - þess vegna þýska nafnið hennar Helene Kramer (þekkt af Leni).

Hver ætti annars að leika í leik okkar? Sonur og tengdadóttir Leni? Það var mér hugleikið þegar ég lýsti sviðsmyndinni (myndir á veggjum). Ef það kom aftur til þín - gott. Í ljósi þess að Leni var gift áður, myndu eftirnöfn þeirra líklega breytast; kannski Rudolf og Ina Pleiss? Hvers vegna myndum við? Í ljósi þess að við erum sammála um að Leni hafi verið ekkja, þá virðist þetta alveg við hæfi sögunnar. Hingað til höfum við þrjár tölur; Leni, sonur hennar og kona hans. Ef Leni giftist þegar hún var á milli 20-30, þá gefur það okkur 40-50 ára gamlar útgáfur af hverju. Eiga þau bæði börn? Væri það ásættanlegt ef við tækjum að okkur það hlutverk að finna og ráða einstakling sem hefur framúrskarandi samband við ömmu sína og gæti tekið þátt í hópflækjum okkar? Myndi Daniel Pleiss vinna? Fínt. Með slíku aldursbili væri alltaf svigrúm til vaxtar meðal hópa - fyrir alla sem taka þátt.

Persónur í verkinu. Vinsamlegast biðjið aðeins um sérstakar aldursupplýsingar ef þær eru sannarlega nauðsynlegar; til dæmis gæti ég nefnt dæmi eins og: "75 ára afmælið". Best væri þó að leikari myndi fyrst sýna sig sem 74 ára gamall áður en hann myndi túlka persónuna á sviðinu. Verkið okkar fjallar um hvernig Leni áttaði sig á eftirlaunaaldur og þetta mun líklega koma upp í samræðum hennar. Þess vegna ætti aldur hans að endurspegla raunveruleikann betur en aðrar persónur. Þannig að fyrir Leni okkar stendur þessi tala í 70! Leikhópar þurfa nú að kynna 70 ára leikkonu í þetta hlutverk en samt geta förðunarfræðingar gert 20 ára gamlar konur að gömlum konum með förðun. Að gera einhvern yngri krefst meiri fyrirhafnar; ef rætt er um nákvæman aldur í samræðum eða beinlínis spurt um mikilvægi þess, vertu viss um að segja þessa staðreynd nákvæmlega í samræðum eða annars konar umræðu.

Nú að tölunum okkar. Núna erum við með fjögur: Leni, Rudolf, Ina og Daniel - manstu eftir grunnhugmyndinni okkar? Ímyndaðu þér þetta atriði aftur með Leni í versluninni hennar og hvað gæti gerst. Átök eru nú þegar til staðar innan grunnhugmyndar okkar - ef það skyldi sleppa þér... hér er áminning: 70 ára kona sem rekur hornverslun ætti að vera send í burtu á elliheimili með aðstoð af börnum sínum."

Í grunninn má skipta þessari sögu í "góða krakka" og "vondu krakkar." Það er gott þar sem annars yrðu engin átök - sem myndu gera hvaða leik sem er hversdagslegur og daufur. Við þurfum samt persónur sem styðja hlið Leni (t.d. móður hennar eða pabba). Persónur fyrir Leni til að ræða stöðu sína við eru mikilvægar: Til hvers gæti hún leitað, vini á svipuðum aldri sem hún getur rætt framtíðaráform barna sinna við, kannski einn sem er ekkja líka... Hhm... Þetta gæti reynst mjög áhugavert ! Við skulum velja tvö: Helga Willms og Trude Lehmann eru bara tvö nöfn sem ég fann upp - nú erum við með sex tölur; eru þetta nóg? Persónulega myndi ég kjósa tvo til viðbótar bara fyrir aukið flókið - láttu mig vita hugsanir þínar hér að neðan í athugasemdahlutanum hér að neðan! ég held það
Sonur þinn kynnti Leni fyrir einstaklingi sem gæti hugsanlega orðið náinn, orðið alvarlegur ástfanginn af Leni eða bara verið milligöngumaður í samsæri sínu gegn Leni? Að auki, hvað með ungar konur sem hugsanlega sækjendur? - Daníel gæti hitt þessa ungu stúlku annað hvort í gegnum vináttu eða rómantískan áhuga; en hvað ef Daníel sonur Leni ætti líka ungan elskhuga? Allt er hægt og ég ætla að búa til báðar persónurnar; við skulum kalla heiðursmanninn Karl-Heinz Ahrens og ungfrúina Gabi Meyer! Á þessum tímapunkti tel ég að við höfum lokið við persónulistann okkar. Þó að fleiri einstaklingar gæti verið þörf, eða núverandi stafi útrýmt; það fer eftir því hvernig verkið þróast. Við skulum setja saman heildarlistann okkar, sem ætti að birtast á blaðsíðu 4 í handritinu þínu og gæti litið svona út: Spilarar: 5 konur/3 karlpersónur

Helene Kramer (kölluð Leni) - ekkja (70 ára). Rudolf Pleiss - sonur Rudolfs frá sínu fyrsta hjónabandi (40-50 ára). Ina Pleiss var eiginkona Rudolfs frá öðru hjónabandi hans (u.þ.b. 40-50 ára). Daniel Pleiss (báðir synir - 20-25 ára). Auk þess var Helga Willms, náinn vinur Leni, um það bil 60 ára. Trude Lehmann átti einnig stóran þátt. Karl-Heinz Arens var viðstaddur allt þetta tímabil -70 ár).
Gabi Meyer (20-25 ára).

Þar sem leikrit okkar krefst fimm kven- og þriggja karlleikara ætti þessi samsetning að reynast fjölhæf til notkunar á mörgum stigum. Karl-Heinz og Gabi eru enn opin hlutverk - samband þeirra við Leni er enn að þróast þegar við skrifum. Þegar ég valdi vini Leni valdi ég marga aldurshópa vegna þess að á mörgum stigum eru ekki þrír leikmenn sem allir eru nú þegar 70 ára saman - auk þess að veita gamansama samræður á milli persóna sem allar hafa mismunandi sjónarhorn vegna aldursmisræmis.
Persóna og útlit Lýsing á persónum

Nú þegar söguhetjurnar hafa verið valdar geturðu gefið þér tíma til að lýsa hverri persónu á næstu síðu. Þó að sumir höfundar geri þetta skref beinlínis, vil ég frekar að samræður leiði mig beint inn í persónuþróun - annars myndi verkið mitt líklega ekki virka svo vel. Persónur eru eingöngu til í höfðinu á þér. Átök sem bætt er við snemma skapar mismunandi gerðir af fólki með mismunandi eðliseiginleika; á sama hátt ættu fatalýsingar að lýsa því hverjir koma fram. Fatnaður fer líka eftir karakter. Ef það er skynsamlegra fyrir þig að sjá persónurnar þínar á síðu 5 skaltu ekki hika við að gera það. Á sömu síðu undir nöfnum þeirra vinsamlegast skrifið leiktíma, staðsetningu og hugsanlega lengd verksins - útgefendur og hópar kunna að meta þetta látbragð gríðarlega! Þetta gæti litið svona út:

Leiktími og staðsetning fyrir þetta leikrit: Sumar í Blumberg (lítil þorp einhvers staðar í Þýskalandi).
Leiktími: U.þ.b. 100 mínútur án hlés
Leiktími verksins fer algjörlega eftir þér; sum verk hafa einnig verið þróuð í kringum sérstakar hátíðir eins og jól, páska eða hvítasunnu; þetta ákvarðar síðan árstíðina sjálfkrafa. Auðvitað, ef verkið þitt spannar margar árstíðir, breytast árstíðirnar líka í samræmi við það. Til dæmis: Ef 1. þáttur í leikriti hennar hefst í febrúar; fæðing barns fer fram í 2. lögum, sem á sér stað í ágúst eða september; Þessar upplýsingar eru nauðsynlegar, þar sem leikarar munu líklega klæðast mismunandi fötum yfir veturinn og ágúst, í sömu röð, og þú getur bætt fleiri loftslagsbundnum umræðum inn í

samræðurnar. Ég vil helst að leikrit okkar sé sett eingöngu á sumrin; Lengd veit ég ekki enn, en ekki ætti að duga nema 4-6 vikur - eða eitt sumar gæti dugað.

Umgjörð: Innblástur minn fyrir þetta verk með heillandi litlu matvöruversluninni kemur frá myndum af litlum þorpum - bæði í þéttbýli og dreifbýli.

Hvar verkið þitt gerist skiptir ekki öllu máli; það eina sem skiptir máli er að áhorfendur hennar átta sig fljótt á því að það eru aðeins kílómetrar á milli þessa litla stað og næsta bæ. Ég vil frekar búa til uppdiktuð vettvangsnöfn; Raunverulegir staðir koma sjaldan fram í verkum mínum. Sumum hópum finnst jafnvel gaman að laga aðgerðina að því hvar frammistaða þeirra á sér stað ef þörf krefur; Mér er sama; Vettvangurinn okkar í Blumberg hljómar alla vega eins og þorp!

Leiktími fer eftir lengd síðna. Til dæmis, að velja stærð 12 Times New Roman leturgerð og DIN A5 sem blaðsíðustærð myndi framleiða eitthvað eins og gluggadæmið á blaðsíðu 61 í þessari bók - hins vegar mæli ég með því að setja inn málsgreinar á milli samræðna til að auka áhrif. Með þessu sniði jafngilda 90 síður af texta um 90 mínútum af hreinni spilun; ráð: tilvalið stykki ætti ekki að fara yfir 120 mínútur án hlés - 90 er tilvalið.

Þær 100 mínútur sem tilgreindar eru í lýsingunni eru ekki bindandi og eru aðeins til fyrirmyndar.

Það sem ætti að vera með á fyrstu síðunum er yfirlit yfir innihaldið þitt, en það er kannski ekki mögulegt ennþá vegna þess að við vitum ekki allt enn; allavega ekki ég! En ef þú veist það þá fagna ég þér og hvet þig til að skrifa þetta allt strax.

Ritvinnsluforrit gefa okkur vald til að bæta við og eyða texta að vild og breyta útliti hvenær sem er, rétt eins og útgefendur gera áður en handritið er prentað. Ég legg til að setja upp síðurnar fyrir verkið þitt núna að minnsta kosti; sumir útgefendur nota DIN A4, en sumir kjósa DIN A5. Að lokum er það undir þér komið hvaða snið virkar fyrir verkið þitt í upphafi - þú getur alltaf skipt um snið síðar!
Að því gefnu að þú viljir breytingu, settu síðurnar upp með DIN A5, byrjaðu á síðu 5. Á þeirri síðu byrjar þú að skrifa fyrsta þáttinn; Forsíðusíður 2-4 innihalda titla/höfunda/efni/leikara og smáatriði um sviðshönnun; það eina sem þarf í raun til að setja upp síður er töflu með nöfnum á persónum á vinstri brún og samræður settar í töflu svo það sé auðveldara fyrir leikara að læra - svona:

Beatrice: Paula, taktu annað sjónarhorn: þú ert einhleypur og þarft einhvers konar stuðning - þegar þú ert 55 ára þýðir það að lifa af einni tekjur...

Paula: Þakka þér fyrir að minna mig á óvenjulega líf mitt!

Beatrice: Af hverju að nenna að taka frí, þegar það eina sem það gerir er að veita tímabundinn frest í Merseburg og þú hefur enga hæfileika til að velja jólagjafir?

Paula: Bíddu við! Börn Gertrud systur minnar bíða spennt á hverju ári eftir gjöfum frá Pálu frænku; það eru þrír þeirra á aldrinum 12, 15 og 21 árs - ég veit hvaða kröfur ungt fólk gerir varðandi gjafir (borðar aftur). (Paula verður að gera hlé)

Beatrice: Jólagjafirnar í ár gætu verið minni.

Paula: Já, nákvæmlega 50 prósent minni. - Er þér sama hvað þeir eru að gera okkur hérna?! Af hverju ertu alltaf að haga þér svona - PÍANÓ?

Beatrice: Vegna þess að það þýðir ekkert að vera reiður yfir hlutum sem við sem almennir borgarar getum ekki haft áhrif á. Til dæmis stendur efnahagur Þýskalands frammi fyrir harðri samkeppni á meðan aðrar Evrópuþjóðir geta framleitt súkkulaði á hagkvæmari hátt - það er bara hvernig hlutirnir virka.
Paula: Halló... Má ég fá ykkar sjónarhorn fyrir þennan fund allra starfsmanna fyrirtækisins...? Paula:

Hefur þú lokið því skrefi? Frábært. Veldu nú auðlæsilegt leturgerð; Times New Roman og Arial eru vinsælir valkostir. Ef allt þetta veldur vandamálum og þú ert nýr í WORD eða þú þarft frekari leiðbeiningar frá mér, get ég aðeins boðið grunnleiðbeiningar; bókin mín myndi ekki veita ítarlegar útskýringar á því hvernig á að nota ritvinnsluforrit eins og Word. Þess vegna gæti besti kosturinn verið að fá einhvern reyndan til að kenna þér grunnatriði þess eða taka námskeið í WORD.

Á síðu 5 ertu að skrifa "LEIÐI FYRST. Þriggja þátta þættir eru afar vinsælir meðal leikhópa og ég vil sjálfur skrifa leikrit í þessu formi. Fjöldi leikja fer mjög eftir því hversu oft eða hvort verk þín krefjast tíma- stökk; þar sem þetta mun líklega vera fyrsta viðleitni þín, væri líklega skynsamlegast að byrja með 3 leikara enn og við heyrum aðeins hávaða Í „Welcome to Chez Andre,“ skrifað ásamt Christoph Bredau lítur þetta allt svona út:

Fyrsta lög. (Þegar fortjaldið opnast sitja Andre og Frank við borð og lesa útgáfa af dagblaði á meðan þeir líta örlítið niður. Það er farsími á borðinu; það er þriðjudagseftirmiðdegi með hlutum á víð og dreif eins og föt, dagblöð, tómar flöskur og matarpakkar).
Ekki ýkja, en ímyndaðu þér tvær manneskjur klæddar slurlega (bolir eða opnar skyrtur án hnappa, gallabuxur með sprungum og slitna strigaskór, gamlir strigaskór). Þeir virðast ekki mjög snyrtilegir. Þeir virðast vera með blandaða skó. Þeir virðast heldur ekki mjög snyrtilegir hver við annan - ekki alveg snyrtilegir en ekki skítugir heldur - þegar þeir ganga í áttina að öðrum á „illa háttaðan hátt“.

Svo þú þarft að gefa upplýsingar um hverjir eru viðstaddir, hvað þeir eru að gera og hvaða leikmunir gætu verið nauðsynlegir í senu. Þegar verið er að lýsa fötum leikara sem og skapi/hegðun/tíma dags getur allt hjálpað til við að skapa þá tilfinningu sem áhorfandinn fær af öllu sem þeir sjá í einu: allt leiksviðið auk fyrstu senu - láttu hann/hena strax vita án þess að þurfa samræður frá leikarunum sjálfum!
Hvað myndi mér finnast ef ég lýsti upphafi "Welcome to Chez Andre" eins og ég gerði áður á aðeins 10-20 sekúndum sem áhorfandi?
Ég get séð fyrir mér tvo karlmenn, hvorugur klæddir sérlega snyrtilega, lesa dagblöð við borð saman á meðan þeir virðast leiðast og sitja þarna og lesa þá báða á meðan þeir líta frekar út fyrir að leiðast - tafarlaus skilningur fyrir hvaða áhorfanda sem er!
Þetta atriði ætti að vera öllum ljóst ekki satt?
Um leið og áhorfendur byrja að hugsa, byrjar verkið þitt fyrstu samræður. Engin þörf á löngum formála og kynningum; byrja beint frá þessu upphafsástandi. Sem áhorfandi get ég nú þegar sagt að eitthvað er að á milli beggja persóna; Samskipti þeirra virðast

óróleg, þannig að áhorfendur vita eitthvað um þessa en orðlausu senu. - Annað dæmi gæti verið:

Við upphaf 1. þáttar (skírteinis fimmtudag ca. 16.30) verða engir leikmenn á sviðinu þegar tjaldið opnar; í staðinn eru aðeins blóm með visnuð blómblöð sem sitja visnuð á blómastólum og gluggakistum, ásamt sjónvarpstækjum sem eru þakin lakum eða dúkum og hugsanlega öðrum hlutum sem eru klæddir dúkum.)

Hér er upphafsástandið óvenjulegra. Enginn leikmaður á sviðinu. Visnuð blóm og þakin húsgögn eru öll til staðar; hvað á áhorfandinn að gera um þetta allt saman? Er fólk að fela sig hér? Það lítur svo sannarlega út...
Enginn hefur komið þangað í langan tíma - við vitum ekki hvort íbúðin er tóm, eða íbúar hennar á ferðalagi - en áhorfendur læra fljótt í fyrstu senu og samræðum sem á eftir kemur. Ein staðreynd ekki opinberuð með texta: Það er Skírdagur; þó nógu fljótt verður þetta vitað með samræðum sem fylgja á eftir. - Þriðja dæmið:

Haraldur situr við skrifborðið sitt og skrifar á tölvulyklaborðið sitt; Lena ryksugar ryki fyrir framan hann; Haraldur virðist vera pirraður yfir hávaðanum á meðan Lena virðist þröngsýn yfir þessu öllu saman og þerrar stöðugt tárin af sér - allt þetta á venjulegum laugardagsmorgni!
Við tjalduppreisn finnum við tvo líflega leikara á sviðinu; karl og kona. Þó að það sé enn óþekkt hvort þessir tveir eru giftir eða lífsförunautar ennþá; engu að síður sjáum við vísbendingar um átök án þess að orð skiptist - við hann er pirraður yfir hljóðinu í ryksugu sinni; hún virðist vera mjög þreytt yfir þessu öllu saman. Engir aukahlutir (nema kannski fyrir sömu ryksuguna) virðast nauðsynlegir hér - í raun er sviðsmyndin óbreytt eins og áður hefur verið lýst.
Þegar þú hefur lýst byrjun leiksins, byrjaðu samræður strax í fyrstu senu 1. þáttar. Sumir höfundar sem prófa fyrstu skáldsögu sína gera þau mistök að skrifa langa samræður sem upphafsinngang; þetta getur verið leiðinlegt og óþægilegt. Í staðinn skaltu fara beint í aðgerð strax í 1. senu án óþarfa formála, þar sem sambönd og átök ættu að birtast eðlilega meðan á spilun stendur.
Sem áhorfandi upplifi ég oft að leikstjórar stíga fram fyrir tjaldið og bjóða okkur velkomna áður en þeir útskýra og lýsa verkinu - stundum niður í smáatriði og þar með talið punchline. Á þessum augnablikum gat ég farið upp á sviðið og drepið þessa manneskju strax; einhver verður fyrst að útskýra allt fyrir mér!
Eins mikið og ég vil horfa á núna, þá hlýtur efnið að vera svo illa skrifað eða þessi manneskja svo vanhæf að krefjast þessa kröfu.

Hann gerir þetta vegna þess að hann gerir ráð fyrir að áhorfendur hans skorti nægilega greind til að kunna að meta gamanleik. Þriðji möguleikinn gæti verið að svo mikill texti hafi verið klipptur út að skýring sé nauðsynleg; sem áhorfandi verð ég hins vegar að skilja alla þætti án þess að þurfa tilkynningar og skýringar frá embættismanni.

Svo hvernig gæti upphafssenan í leikritinu þínu litið út? Nú þegar við skiljum meginhugtak þess hefurðu nokkra möguleika í boði fyrir þig til að koma sögunni af stað. Hugleiddu þessa möguleika: 1. Engir leikmenn á sviðinu en við heyrum Leni kveðja viðskiptavin áður en hann kemur inn í stofu strax á eftir. 2. Leni og börnin hennar sitja í kringum borð. 3. Leni kynnir Daniel barnabarn sitt inn í stofu.
4. Leni er í verslun sinni þegar sonur hennar og tengdadóttir koma inn og ræða framtíð hennar samhliða verslun Leni og hennar eigin.
Þannig að það eru ýmsar leiðir sem þú getur byrjað að hreyfa, en að lokum er valið hjá þér. Átök eru undirstaða allra gamanleikrita, þannig að þegar einn er settur á sinn stað ætti hann að koma fram innan fimm mínútna eða þróast hratt í fyrsta þættinum - sem gerir spennandi, skemmtilegt leikrit! Í okkar tilfelli þýddi þetta að veita skjótar uppfærslur um hvað börn Leni voru að gera nógu fljótt.
Af og til fæ ég handrit frá ungum rithöfundum sem leita að heiðarlegri skoðun minni áður en ég býð útgefendum hana. Þó að dramatúrgískt rétt leikrit séu huglægt smekksatriði, get ég samt veitt fyrstu rithöfundum heiðarleg ráð varðandi alvarlegar villur í handritum þeirra eða skort á þeim. Þegar lesið er verk eins og tveir eða þrír leikarar eiga ánægjulegt samtal þar sem allir hlutaðeigandi einfaldlega kinka kolli með eða eru sammála án þess að vera ósammála og áhorfandinn fer að velta fyrir sér hvað sé í gangi er þetta örugglega ekki góð skrif; eitthvað þarf að gerast eða það verður að minnsta kosti að láta þá hugsa svona!
Á sviðinu ætti ekkert hagsmunamál að gerast án átaka! Mundu þessa setningu: "Enginn ágreiningur er viðeigandi!!!!". Þess vegna, hér er hvernig verkið okkar gæti byrjað í fyrstu senu sinni:
Rudolf og Ina standa þegjandi í herberginu þegar tjaldið opnast; bæði líta út fyrir að vera óviss og óviss. Heyra má Leni kveðja einn viðskiptavina sinna aftan frá).
Ef við veljum þessa leið verða áhorfendur strax á kafi í fyrstu senu dramasins. Þó að þú gætir nú þegar gert ráð fyrir að Rudolf og Ina vilji hitta Leni, skulum við breyta hlutunum: Hvað með þetta í staðinn:
(Þegar fortjaldið opnast er enginn leikmaður á sviðinu. Leni stígur síðan fram aftan með peningakassa, sest við borð og byrjar að telja peninga; stuttu síðar kemur Daníel inn frá hægri.)

Nú lærum við um Leni og búðina hennar, hittum Daníel og getum leyft átökin að koma upp síðar - hversu hratt áhorfendur lenda í þeim átökum er undir þér komið; það sem skiptir máli er að það gerist yfirleitt.

Leikrit samanstendur venjulega af mörgum þáttum. Í fyrsta þætti setjum við upp átök á meðan við veitum áhorfendum upplýsingar um persónur; í leik tvö þróum við söguþætti frekar og náum hápunktum; loksins í þriðja þætti skýrum við átök og ljúkum þessu öllu - uppfyllum flestar persónur á sama tíma og við skiljum eftir ánægjulega áhorfsupplifun fyrir áhorfendur.

Hvert verk í leikritinu okkar inniheldur ekki aðeins aðalsöguþræði heldur getur einnig innihaldið undirspil. Leni og búðin hennar þjóna sem aðallóð okkar; fleiri undirspil gætu falið í sér að Rudolf laðast að Daníel eða öfugt eða hugsanlega að Leni eigi í hjúskaparvandræðum.

Áður en ég skrifa fyrsta þáttinn vil ég benda á villu sem ég sé oft í handritum sem ungir rithöfundar hafa sent: þeir gera oft þau mistök að slíta rómantísk pör of snemma eða einfaldlega gefa ekki nægilega mikla persónuþróun almennt. Undir engum kringumstæðum ætti þetta að eiga sér stað:

Leikir standa venjulega í 25-35 mínútur að lengd (ef þriggja eða fjögurra þátta leikritið þitt er nógu langt) án nokkurra tímaskipta; þannig að ef atriðið fyrir morgunverðarborðið byrjar klukkan 8:00 og lýkur um 8:30 að morgni, þá er þeirri athöfn lokið klukkan 8:30. Byrjaðu annan þátt um 15:00 síðdegis og honum ætti að vera lokið um 15:30. Þetta ætti að gera tíma raunverulegan meðan á leik stendur; Hins vegar ef tímabreytingar eiga sér stað óhjákvæmilega (t.d. vegna þess að leikarar fara inn/út á mismunandi tímum), verður að finna snjallar lausnir (t.d. að kynna marga þætti og mismunandi senur samtímis). Breyttu frá kvöldi til morguns með því að nota tónlist og ljósáhrif svo áhorfandinn sé meðvitaður um þessar tímaskiptingar. Helst ætti þetta að gerast í viðeigandi hléi án leikara á sviðinu; en almennt væri skynsamlegra að gera þetta ekki. Á milli atriða er hægt að leika sér með tímann eins og þér sýnist - þetta gæti falið í sér mínútur, klukkustundir, daga, vikur, mánuði og ár! Bara ekki breyta tímanum í einni athöfn! Ég hef lesið handrit og séð leikrit þar sem fyrsti þátturinn byrjar í morgunmat og lýkur 25 mínútum síðar þegar aðalpersónan fer á diskótek sem opnaði dyrnar klukkan 8! Og samt gefur samræðan venjulega til kynna að það hafi verið seint að kvöldi þá - hvernig er mér ætlað að skilja þá atburðarás sem áhorfandi? Ekki gera svona mistök!

Þegar þú skrifar skaltu hafa hverja persónu fremstan í huga þínum þegar þú skrifar. Hvar er hún núna - hver er áform hennar? Þetta kemur í veg fyrir að Leni komist inn í svefnherbergið og komi svo aftur út síðar sem utanaðkomandi; hún hlýtur að hafa komist inn með öðrum hætti ef svo var og engin rím eða ástæða var gefin upp í leikritinu fyrir slíku; annars gæti áhorfandinn orðið ruglaður og ráðvilltur. - Þessi sama tækni virkar líka þegar þú skrifar leifturskáldskap.

Lengd fjarveru vísar til þess hversu lengi fjarvistir leikara vara; til dæmis, þegar persónur gera stór kaup ættu þær að gefa sér nægan tíma og leyfa áhorfendum að fylgjast með eins og þeir geta. Fylgstu með smáatriðum sem gætu runnið framhjá; áhorfendur hafa mjög glögg augu sem taka eftir öllu og þeir geta auðveldlega tekið eftir öllu; þannig að þegar leikari yfirgefur herbergið til að versla getur hann ekki komið aftur eftir tvær mínútur með fullar töskur. Hugsaðu um hversu langan tíma ÞÚ þarft til að versla; gefðu þessum leikara nægan skjátíma í verkinu þínu eða láttu þá birtast aftur ef þörf krefur.

Þegar þú skrifar fyrsta þáttinn skaltu hafa í huga að hver lína sem persónurnar þínar segja verða að gefa merkingu. Spyrðu sjálfan þig hvers vegna leikari segir eitthvað. Veistu ekki nákvæmlega hvað þessi leikari meinar með því? Sjáðu:

Anne: (eftir smá umhugsun) Hvað finnst þér um nýju teþjónustuna okkar? Florian: Móðir og faðir keyptu það til að minnast 20 ára brúðkaupsafmælis móðursystur; að minnsta kosti sex bollar voru keyptir beint af móður sjálfri frá Purple Flowers Tea Party Shoppe (Burwood Road). Anne:

Florian: Eitthvað fallegt á veggnum mun endast alla ævi, svaraði Anne í fyrirlitningu. Hvers konar mótíf var ætlað? Nakin kona fyrir svefnherbergið sitt kannski? Florian gæti líkað við eitthvað svipað (brosandi)

Anne: Já, auðvitað - við skulum bara gleyma því fljótt - kjörgjöfin ætti að vera eitthvað óvænt sem mun ekki einfaldlega þóknast föður. Florian: Af hverju þurfa gjafir fyrir silfurbrúðkaupsafmæli foreldra að vera áberandi og skrýtnar? Anne: Jæja, vegna þess að við erum börnin - ætti þetta örugglega ekki að vera of erfitt?

Florian: Hvað heldurðu... - Mamma hefur kvartað í margar vikur yfir því hvernig pottarnir hennar halda áfram að brenna. Anne: Þetta er óviðunandi brúðkaupsgjöf frá börnum! Þeir gefa ekki heimilistæki og potta.

Florian: Jú. Betra eitthvað hagnýtt en eitthvað sem þeir nota ekki en eitthvað tilgangslaust eins og einhvers konar gagnslausir gripir eða leikföng sem þeir munu aldrei nota aftur. Anne: Nei takk - það myndi aldrei duga! Ef maðurinn minn gæfi mér eitthvað hagnýtt eins og eggjaeldavél eða brauðrist á brúðkaupsdaginn okkar myndi ég ekki giftast því heldur!

Eins og glöggt sést eru systkinahjón að ræða viðeigandi gjöf handa foreldrum sínum á silfurbrúðkaupsafmælinu, en hvorugt er þó sammála um ákjósanlega lausn - annar sonurinn vill frekar hagnýt sjónarmið á meðan hinn óskar eftir rómantík og vill að það sé gert rétt. Í gegnum samræður lærum við mikið um báðar persónurnar - hver setning er þýðingarmikil í sjálfu sér sem gefur innsýn í hver sagði hvað og hvenær!

Að draga úr óþarfa smáatriðum bara vegna þess að atriðið þitt ætti að vera lengra er lykilatriði; haltu áfram með því að vera einbeittur; með tímanum muntu ná stjórn á þessu, en í fyrstu haltu áfram að spyrja "Hvers vegna segir karakter X eða bregst við svona?" og "Af hverju svaraði persóna Y svona?" sem boð.

Í framhaldi af fyrri tillögu minni, leyfðu mér að stinga upp á hvernig gamanleikurinn okkar gæti byrjað í upphafsatriðinu:

1. Leni: (koma inn aftan úr versluninni með peningakassann og bókina, hún gengur beint að borði og sest niður. Þegar þangað er komið byrjar hún að telja peninga og skrifa tölur niður í bókina sína áður en hún verður yfirþyrmandi og hættir að telja með öllu.). Fatnaður hennar virðist eðlilegur og hversdagslegur).

2. Sena 2 Daníel (hann kemur inn frá hægri, í sumarlegum íþróttafötum og bankar stuttu áður. Leni er ánægð að sjá barnabarnið sitt) Daníel! Strákurinn minn! Daníel: (fer upp og kyssir Leni á kinnina), spyr síðan hvernig viðskiptin gengu í dag áður en hann gaf hrós um sölu, voru allir sáttir?

Leni: Hvað þarfir mínar varðar, þá er alltaf komið til móts við þær og er ekki lengur talað um mig sem Emmu frænku.

Daníel: Amma Leni, má ég fá annan sígarettupakka? Það er Leni: Reykingar of oft...

Daníel: (truflar í henni) Reykingar skaða heilsuna, eldast húðina, geta dregið úr getuleysi og lykt...- Amma, það er ekki auðvelt að hætta... Leni: Afa þínum leið nákvæmlega eins þá; hann gat heldur ekki haldið höndunum frá því að reykja og það var aðeins 73 ára gamall!

Daníel: Amma, ég þarf að hjálpa þér. Afi þinn lenti í slysi. mes Leni: (smá sorglegt) Já. Við skulum ekki tala um það; hjálpaðu þér bara. Daníel (strakur öxlina á henni stuttlega, áður en hann fer til að aðstoða verslunarfélaga sinn aftast) Leni (lítur upp á hann stuttlega áður en hún heldur áfram bókhaldsvinnu sinni)

Þriðja atriði

Ina og Rudolf ganga í sumarfötum. Rudolf heilsar Inu stuttlega um leið og Ina kemur beint og ákveðnum inn: Góða kvöldið tengdamamma! Rudolf svarar fljótt: Móðir.

Leni: (örlítið hrædd) Æi, þú? Ég var enn að gera daglega reikninginn þegar þú komst hingað inn! Hvað get ég boðið þér, te?

Ina: [með tilgangi og festu] Tengdamamma, vinsamlega komdu og sestu niður aftur því það er eitthvað í gangi á milli okkar sem við verðum að ræða. Leni settist aftur niður með semingi óviss um hvað er að gerast eða hvers vegna Ina er svona alvarleg í andlitinu. Ina hélt áfram að segja hug sinn af einurð: Þú virðist vera mjög alvarleg í dag Ina! Tónninn í Inu var skýr þegar hún kom inn á meðan hún stóð hægt upp eftir að

hafa loksins sest aftur niður: Já? Svo hvað er að gerast í dag Ina? En þú virðist svo alvarlegur! Svo hvað gefur Ina svona alvarlegt? Og hvað gerist svo við alvarlega svip hennar? Hún lítur nokkuð alvarleg út fyrir Leni þar sem hún sest hægt aftur niður aftur óviss, óviss sest hægt aftur niður aftur: Já? Svo hvað erum við að tala um í dag Ina? Ina er greinilega svo ákafur. Leni, óviss sest hægt aftur niður: Já? Svo hvað er að gerast hérna í dag Ina? Leni sest hægt niður aftur: Já? Svo hvað er að gerast hérna í dag Ina? Leni sest hægt aftur niður aftur: Ó? Svo hvað er að gerast í dag með svip þinn? Í
Rudolf: Mamma, við vildum tala við þig í margar vikur núna en frestuðum því alltaf. Ina: En nú er það of seint; við getum ekki beðið lengur. Leni: Þetta hljómar dramatískt. Hef ég gert eitthvað rangt? 4. atriði.
Daníel: (snýr aftur aftan úr búðinni í síðustu setningu Inu; heldur á sígarettupakka og lítur í kringum sig) Ó - ættarmót?
Ina: Hvað ertu að gera hér? Ég held að þú hljótir að vera á fótboltaæfingum.
Daníel: Hætt við (segir fyrir illsku). Útlit þitt segir mér að eitthvað sé að hér... Það virðist sem þú sért ekki hér í kaffi, Rudolf. Daníel: Það er ekki rétt; neinei, ekki svona!
Leni: Við hvern eru þeir að tala núna?
Rudolf: Hvað erum við lengi að bera þetta með okkur? Daníel: Pabbi. Leni: Vá. Svo er þetta; ertu að segja mér að ég verði að loka búðinni minni og flytja inn í samfélag með aðstoð eftirlauna! — Jæja, nú er sannleikurinn kominn í ljós.

Um leið og verkið byrjar á þennan hátt eru átök óumflýjanleg innan nokkurra mínútna. Þú hefur nú þegar veitt mikla innsýn í persónu Leni - ekkja; tengsl við barnabarn góð; að vilja trufla bókhald til að bjóða börnum eitthvað; Daníel veit um hvað foreldrar þeirra áforma - samt virðist vera ósammála; Sonur og tengdadóttir virðast hörð í garð Leni; þeim líkar báðum ekki við nærveru hennar - allt innan þriggja blaðsíðna af texta!

Hins vegar gætum við líka beðið þar til Ina og Rudolf koma fyrst fram á sjónarsviðið. Kannski finnst þér betra ef Daníel segði ömmu sinni hvað foreldrar hans voru að skipuleggja, eða það gæti jafnvel verið að kærasta Leni hafi séð Inu og Rudolf hafa skipulagt fyrir Leni og svo var fyrsti maðurinn til að koma inn á svæðið - allt er hægt hér - taktu það þér líkar við eða finnur þinn eigin einstaka upphafsstað; stykkið þitt tilheyrir þér!
Við skulum halda áfram með tillögu mína - hvað gæti verkið falið í sér næst? Nú er tækifærið þitt! Hvernig bregst Leni við og hvað gerir hún næst? Daníel gæti boðið Leni aðstoð sína á þessum tímapunkti; hversu lengi heldur þetta samtal áfram; hver fer og hver fer inn í næsta atriði?

Hvað verður um Leni og búðina hennar? Þetta hlýtur að vera þemað sem sameinar alla gamanmyndina þína - alveg þar til henni lýkur. Leyfðu ímyndunaraflinu að ráða för þegar þú skrifar út allar mögulegar aðstæður - hér eru nokkrar gagnlegar ábendingar:

Forðastu að skrifa samræður sem standa yfir í meira en 10 mínútur sem samanstanda eingöngu af endalausum samræðum án háa eða lága punkta, þar sem þetta verður fljótt leiðinlegt fyrir áhorfendur. Eitthvað ætti alltaf að vera að gerast; byggja upp spennu.

Fylltu einn þátt af gamanleiknum þínum með að minnsta kosti 8 atriðum; meira getur stundum virkað betur. Ekki reyna að koma fólki í áhorfendahópnum til að hlæja með grófum tjáningum í samræðum - gamanleikur ætti að koma frá samræðum, texta og aðstæðum gríni eingöngu, ekki nota grísarorð til að hvetja áhorfendur til að "pikka á læri".

Spurning um hvað teljist sannur húmor gæti látið þig spyrja: hvað nákvæmlega er skemmtilegt að horfa á, áhorfendur hlæja að? Fyrsta regla gamanleiksins er þessi: Áhorfendur vita meira en nokkur leikari á sviðinu um hvað er að gerast!!

Dramatúrgískt rétt verk verður að byrja með skilningi á spennu og gamanleik í vinnunni samtímis. Þú veist hvað ég meina?

Ímyndaðu þér að þegar einhver er að fela sig í herbergi en hitt fólkið sem er viðstaddur tekur ekki eftir honum/henni; á meðan áhorfandi veit. Allt þetta skapar bæði spennu og gamanmál í senn.

"Þeir sem grafa gryfju fyrir aðra munu falla í hana sjálfir" Allir sem þekkja þetta orðatiltæki þekkja það vel - að setja gildrur fyrir aðra til að draga þá niður í einn getur leitt þá niður í hana sjálfir - hvort sem þetta er í formi eitraðs drykkir, breytt matvæli, rottugildrur eða bréf eða símtöl o.s.frv.

Við fyrstu sýn virðist þetta fyndið fyrir bæði áhorfendur og persónu. Hvað sem því líður þá virkar þessi tegund atburðarásar yfirleitt vel í gamanmyndum: áhorfendur hlæja þegar allt önnur persóna eða jafnvel sá sem setur gildruna sjálfir fellur fyrir hana, sem skapar mikla kómíska kaldhæðni. Mistök auðkenni hafa tilhneigingu til að fara vel yfir líka - bæði hlutir og fólk getur auðveldlega ruglast!

Hafa hús, pantað tíma og ýmsar aðrar nauðsynjar.

Misskilningur í samtölum getur líka verið fyndinn: þegar persóna A nefnir skipið sitt Antje, getur persóna B gert ráð fyrir að hann eigi við samnefnda konu sína - dásamlega fyndnar öfugþátta gamanmyndir eru alltaf velkomnar! Stefna - frá 2008:

Hvernig er það að gerast? Maður hagar sér eins og kona eða öfugt af óþekktum ástæðum. Hvaða þættir gætu skýrt slíka hegðun?

Til dæmis: Hvernig hagar maður sér eins og vændiskonur? Karlmenn í nektardans. Og konur geta jafnvel orðið múrarar!

Eða kona sem kanslari (er því miður þegar til). Þetta eru bara nokkrar tillögur sem ég hef þegar sett inn í verkin mín; það eru jafnvel fleiri! Að gera þessa hluti snjallt og rétt mun aðeins leiða til hlátursvekjandi niðurstöður í gamanþáttum.

Búðu til eitthvað sem ekki er til í raunveruleikanum.

Á sviðinu getur þetta gert mjög fyndið áhorf:

Fulltrúi býður upp á vörur sem einu sinni voru ófáanlegar - varanleg ölduundirbúningur sem endast mánuði; hárvaxtarvörur með mjög hraðvaxtaáhrif; nærbuxnaföt fyrir karla; súkkulaði sem eykur greind hratt o.s.frv - sem áður var ekki hægt að kaupa - en því miður hafa þetta margar aukaverkanir og það gæti fljótt orðið hörmulegt! Flutningur minn sem bar yfirskriftina „Við höfum það ekki – það er ekki til" beindist sérstaklega að þessu þema.

Eða taktu nýjungar í læknisfræði. Áhugamaður efnafræðingur býr til sermi til að útrýma svitalykt algjörlega, sem gerir þessa frábæru uppfinningu úrelta og óþarfa lykt af svita alltaf aftur - en þarf sjálfboðaliða til að prófa þetta með og mjög einbeitt hormón þess munu breyta fólki. ("Brjáli prófessorinn"). Öll slík efni kunna að virðast fáránleg en hafa gífurleg áhrif á samfélagið í heild.

Fyndnar persónur í gamanmyndum eru alltaf mjög áhrifaríkar. Með "fyndinn karakter" meina ég það.

Þessar persónur skera sig oft úr samherjum sínum á ýmsan hátt, hvort sem það er galli eða annað. Dæmi gæti verið hluti eins og tungumálavillur (að tala ekki þýsku eða mállýsku); óþægilegir eða minna menntaðir einstaklingar; leikarar lita; þeir sem eru öðruvísi klæddir og annað. Slíkar persónur bæta karakter og verða oft í uppáhaldi áhorfenda fljótt. Ennfremur þurfa svona "fyndnir karakterar" ekki að leika stór hlutverk til að bæta við húmor; jafnvel minniháttar í undirþætti geta reynst jafn skemmtilegar!

*Persónulega er ég ekki hlynntur því að persónur með talhindranir séu með í leikritinu. Persónurnar þínar ættu allar að vera einstakar; annars hvaðan munu drama og átök stafa?

Tungumál og tjáning er ákaflega viðkvæmt mál. Horfðu á hvaða kvikmynd sem er frá áttunda áratugnum með Theo Lingen eða Roy Black; var það ekki gaman? En, í alvöru talað - ertu jafn spenntur fyrir söguþræði þeirra og samræðum og þegar þeir komu fyrst út (ef þú ert undir þrítugu muntu ekki þekkja þá samt; leigðu þá í myndbandsbúðinni þinni og dæmdu). Mér finnst þessar myndir nú bara sjaldan fyndnar þar sem það sem er sýnt er oft ekki mjög "fyndið". Tíminn hefur svo sannarlega breytt öllu.

Nú á dögum þegar við horfum á kvöldmynd í sjónvarpi höfum við tilhneigingu til að sjá meira afhjúpað í húð miðað við kvikmyndir frá áttunda áratugnum. Ekki bara það;

Nútímamyndir þurfa vissulega að endurspegla þessa breytingu þar sem mikið af því gerist munnlega - hugsaðu "Sex and the city", sem inniheldur að minnsta kosti 50 kynferðisleg orð sem eru ekki hluti af hversdagslegum orðaforða mínum né þínum!
Hvað aðgreinir skemmtun frá sjónvarpsþáttum eða kvikmyndum eins og sjónvarpsleikmyndum frá sviðsleikritum hvað varðar málnotkun og sjónrænt frelsi?

Enginn getur gefið þér nákvæmt svar hér heldur; leikhús á sviði er alltaf í beinni!
Næsta spurning þín gæti verið hvað má og ekki má sýna eða segja á sviðinu; Ég vísa hér sérstaklega til þess sem hefur verið skrifað upp sem handrit og verður síðan að vera afritað af leikurum á sviðinu.
Jæja, leikhús er umfangsmikið svið. Leikarar birtast algjörlega berir í sumum leikritum - tjá allt sem þeir geta. Ég sérhæfi mig fyrst og fremst í vinsælum leiksýningum á vegum áhugamannahópa.
Enginn áhugaleikari sem ég þekki myndi koma fram í áhugamannaleikriti eingöngu klæddur í svört nærföt; og sem áhorfanda myndi þetta ekki vera eitthvað sem höfðar til mín heldur. Auk þess virðist það bara skrítið.
Ást og kynlíf eru ævarandi umræðuefni í vinsælu leikhúsi, svo ég nýt þess að hafa myndir í huganum af því sem gæti verið að gerast í næsta húsi. Til dæmis tómt sviði við hliðina á opnum dyrum með karlmannsröddum af hvoru kyninu; Nokkru síðar þegar einhver kemur upp á sviðið með nærbuxurnar sínar örlítið sveittur en sáttur, geta allir búið til sínar eigin útgáfur af því sem gerðist þar í stað þess að sjá eitthvað raunverulegt gerast og sýnt beint á sviðinu. Mér finnst þetta miklu meira spennandi.
Eins og ég ræddi það í umræðunni var hugsun mín um þetta svipað. Þó að áhugaleikarar í dag noti kannski orð eins og „blása", „rabba" og „fokk", þá er ekkert að því að skrifa leikritið þannig ef það virðist nauðsynlegt; Hins vegar myndu flestir leikarar nota mismunandi hugtök þegar þeir leika fyrir áhorfendur.
Ég nota þessi orð alls ekki í verkum mínum! Þetta efni hefur þegar skapað heitar samtöl þar sem fólk hefur efast um of formlegan framburð minn í samræðum um leikritin mín. En hér er mín skýring:

"Högg o.s.frv." er ekki hluti af hversdagsmáli mínu. Sem áhorfandi í leikhúsi að horfa á gamanleiksýningu vil ég vera algjörlega upptekinn af því sem er að gerast; búa ásamt leikurunum; Ég bý líka til myndir í huganum af hlutum sem gerast utan sviði eins og þeir hafa sagt mér - þegar einhver vill fara að versla eða fara í sturtu; til dæmis; þetta gerist samstundis í mínum huga!
Í fyrstu kann það að hljóma undrandi en talaðar samræður hafa þessi sömu áhrif á mig; Þegar leikari segir mér að þeir hafi drepið kött eða einhver tilkynnti að þeir rændu

banka, ímynda ég mér þessar myndir. Lestur skáldsagna skapar svipuð áhrif þar sem hugur þinn sér persónur, staði, hluti og atburði úr skáldsögu yfir í ímyndunaraflið.

Ef einhver af leikkonunum á sviðinu myndi segja: „Ó, ég myndi vilja gera það óhindrað með yfirmanninum mínum við eldhúsborðið,“ myndi ég strax hafa mynd í huga og hlæja upphátt að orðum þeirra. Hins vegar, hvað myndi gerast ef þeir sögðu í staðinn: "Ó, ég vil ríða yfirmanninum mínum" í staðinn?

Sem áhorfandi yrði ég hneykslaður. Áfallastundir geta haft mikil áhrif í mörgum hlutum; þær munu hins vegar aldrei birtast í verkum mínum þar sem áhorfendur kjósa að skemmta sér og búa til sínar eigin myndir í hausnum á sér en að verða hneykslaður af einhverjum á sviðinu í gegnum samræður.

Það er mín skoðun á því; Hins vegar, ef þitt er ólíkt, eru engin lög til sem stoppa þig. Spurning um leiktakmörk? Ég hef skrifað gamanmyndir með konum sem laðast mjög að körlum sem innihalda mjög kryddað efni; leikarar þeirra geta farið úr fötum sem hluta af hlutverki sínu; jafnvel ég má klæðast nærbuxunum þegar þess þarf! En kannski gætu eftirfarandi atriði gerst í öðru herbergi í nágrenninu í staðinn?

Ef þú gengur lengra og notar afar gróft orðalag, mun áhorfendum þínum líða eins og þeir séu vitni að alvöru leiksýningum.

Gamanmyndin þín ætti að uppfylla ákveðinn staðal og stig. Finndu viðeigandi stig af erótík og láttu það þróast á náttúrulegan hátt - ekki sprengja áhorfendur þína með munnlegu ofbeldi; þessi taktík er óþörf og óþörf.

Í lok hvers þáttar skaltu gera hann svo spennandi að áhorfendur geta ekki beðið eftir að sjá hvernig gamanleikurinn þinn þróast næst. Við lok hvers þáttar skaltu ganga úr skugga um að söguþráðurinn nái nýjum hápunktum.

Þegar þú skrifar skaltu alltaf hafa í huga lesandann þegar þú íhugar upplýsingar sem persónur á sviðinu þurfa. Og ekki líta framhjá leikleiðbeiningum í samræðum - sem ættu að birtast á milli sviga; þessar leiðbeiningar verða leikurum ómetanlegar!

Gerda:

Rétt! Hvar hefur Manni verið? Hann ætti nú að vera búinn að mjólka - klukkan er að verða 20 (fer í bakdyrnar og kallar nafnið sitt:) Manni!!! (kemur til baka, smyrir brauði og smjöri á disk, toppar það með osti o.s.frv.)

Arno: (les blaðið af áhuga) Og þetta þýðir að við þurfum ekki að þrífa sjálf lengur?

Heinrich: Ó nei! Allt virðist hafa horfið í síkið.

Arno: Skoðaðu bara hversu mikið pláss kýr taka.

Heinrich: Já! Þeim mun líða vel þar og gefa betri mjólk fyrir vikið. Gerda: Af hverju ætti meira pláss að leiða til þess að framleiða hágæða mjólk?

Heinrich: Gerda, hversu oft hefur þú kvartað yfir óþægindum þegar þú ert með gamla belti?

Gerda: Halló fallega!!!

Arno: (hlær) Til að auðvelda skilning hef ég skrifað leikleiðbeiningar mínar hér með skáletri til að auðvelda leikaranum á sviðinu að læra af þér - höfundinum. Þeir verða að læra ekki aðeins hvernig línur þeirra verða heldur einnig látbragðskröfur eins og hvenær á að fara eða fara inn o.s.frv. Ekki sleppa leikleiðbeiningum alfarið en passaðu þig ekki að ofleika framkvæmd þína heldur!

Aftur að upprunalegu hugmyndinni minni: gamanmyndin með Leni, búðinni hennar og börnum sem vilja flytja þau á hjúkrunarheimili. Ef þessi hugmynd höfðar til þín og vilt að þú skrifir um hana, láttu hugmyndaflugið ráða hvað gæti gerst!
Vinsamlegast ekki hika við að senda mér fyrstu skriftilraunir þínar; Ég mun endurskoða og svara heiðarlega. Á vefsíðu minni www.Theater-Schmidt.de finnur þú tengiliðaupplýsingarnar mínar undir Lagalegum tilkynningum.

Eftir að hafa horft á fjölda sígildra leikrita (sérstaklega eftir kvenkyns rithöfunda), vita áhorfendur þegar frá fyrstu átökum þeirra á milli ungrar konu og karlmanns að "á endanum munu þeir ná hvort öðru!" Hvers vegna gera höfundar það? Vegna þess að áhorfendum finnst gaman að sjá „hamingjusamlega ævina" enda í lokin, eða vegna þess að höfundurinn vill búa til einn? Ég hef gert þetta sjálfur í mörgum hlutum því ég veit frá fyrri verkum hvað kemur næst - þó ekki í öllum nýlegum verkum mínum!
Skrif mín hafa fjarlægst það nokkuð; ekki þarf allt að enda vel - sem getur jafnvel verið óraunhæft - svo ekki halda í fyrstu að tvær ungar persónur sem líkar ekki við hvor aðra í upphafi, en koma samt saman í lok leikrits, geti endað saman með því að falla í fangið. Niðurstaða. Þó að þetta gæti gerst, skrifaðu bara söguna þína; „friður, gleði og pönnukökur" eru ekki alltaf til í raunveruleikanum!

Ekki að misskilja; Áhorfendur myndu helst vilja ganga í burtu með flest ósamræmi í leikritinu leyst eða hafa að minnsta kosti hugmynd um hvað gæti þróast eftir lok þess, á meðan hvers kyns árekstrar ættu að skýrast; jafnvel þó að það þýði að komast að gistingu með öllum þeim sem hlut eiga að máli; en finndu fullnægjandi upplausn sem gerir áhorfendur ánægða. Manstu eftir gamanmyndinni minni "Praxis Dr. Freeseman?" Harald Freesemann hefur eytt árum saman við að skrifa bækur sem vegna skorts á áhuga útgefenda eru enn óútgefnar. Konan hans Lena verður því að ná endum saman sem ræstingskona þeirra þar til einn daginn flytur nýr leigjandi inn á hæðina fyrir ofan þau og þarfnast þjónustu hennar sem ræstingskona. Gisela greinir frá því að Gisela hafi fundið einstakling sem hún vísar til sem „heilapípulagningamaður". Fyrir tilviljun er eftirnafn hans Freesemann - eitthvað sem Lenu og Haraldi finnst truflandi þar sem þau sjá nú fram á truflun frá sjúklingum hans. Horst Freesemann læknir myndi venjulega krefjast þess að þeir færu framhjá fyrstu hæð ef þeir vildu meðferð frá honum, en Haraldur var þegar kominn inn um eina hurð og er núna inni í herbergi Haralds. Harald viðurkennir tækifæri sitt og byrjar að meðhöndla þennan mann sem vill sárlega fá meðferð og leggur ákaft nokkur hundruð evrur á borðið fyrir það. En svo birtist skyndilega raunverulegur geðlæknir sem vill að Harald meðhöndli þá báða vegna þess að þeir þjást báðir af innrænu geðrofi...

Þetta verk gæti endað í ringulreið, en áhorfendur fara ekki óánægðir: Söguhetjan hefur fengið fjárhagsáhyggjur sínar leystar með því að skrifa handrit um það sem gerðist á sviðinu við hlið hans.

Haraldur fékk innblástur til að skrifa þetta leikrit af eiginkonu sinni og lætur gefa það út. Nágranni komst að því að Harald var að meðhöndla sjúklinga þrátt fyrir að vera ekki löggiltur læknir; reiði þeirra þagnaði með ferð. Því miður læknast engin af geðsjúku persónunum í þessu leikriti - þvert á móti; allir "venjulegir" verða líka að lokum brjálaðir!

Dramatúrgískt séð virkar allt vel: aðalátökin hafa verið leyst á meðan ný geta komið upp; Þess vegna getur verkið endað á hressandi nótum, þannig að bæði áhorfendur og persónur eru sáttir en hafa áhyggjur af því sem gæti komið næst.
Við þekkjum öll þessa reynslu úr kvikmyndum eða sjónvarpi. Hversu oft höfum við horft á spennandi mynd bara til að henni ljúki skyndilega...?
Framleiðendur og handritshöfundar nota oft þessa nálgun þegar þeir segja sögu; þeir gera grein fyrir sögu þess, reyna að takast á við aðalvandamál þess á meðan þeir ljúka því aðeins óbeint. Þó að svipaðar aðferðir eigi ekki við í leikhúsum, þá nota framleiðendur og handritshöfundar svipaðar aðferðir þegar þeir segja sögu sína.
En ef þú vilt frekar gefa leik þinni farsælan endi, þá er það fullkomlega ásættanlegt - ég vildi bara gera þér grein fyrir þeirri staðreynd að það eru engar fastar reglur!

Útgefendur og hópar krefjast þess að þú kynnir innihald verksins á fyrstu síðum handritsins, hvort sem það er áður en ritun hefst eða á miðri leið eða eftir að verki lýkur. Útgefendur breyta yfirleitt ekki þessum þætti í framsetningu leikrits - leikhópar nota oft þessa lýsingu á leikriti sínu fyrir auglýsingar í flugmiðum, dagskrárbæklingum og blöðum. Vinsamlegast gerðu efnið þitt aðlaðandi en ekki meira en eina DIN A5 síðu að lengd! Viltu nokkur dæmi um hvernig það gæti litið út? - hér er smá hjálp:
Alida Neumann finnur enga merkingu lengur í hjónabandi sínu og Ingo og vill binda enda á það með því að taka svefnlyf. Vegna rangra hlutabréfa Ingó og of stórra íbúðakaupa hafa fjárhagsvandræði þeirra farið úr böndunum og skulda þeir nú saman yfir 300.000 evrur. Alida grunar Ingo um ástarsamband þar sem hann hefur nýlega fengið mörg bréf og símtöl frá konum. Til að verja sig fjárhagslega fyrir hugsanlegum málaferlum sem stafa af þessum samböndum fór Ingo fram á að Alida fengi fjórar líftryggingar að verðmæti 150.000 evrur hver frá líftryggjendum sínum. Alida telur að Ingo ætti að myrða hana og grípur þannig til sjálfsvígs þegar áætlun hennar gengur í gegn; en Ingo kemur með eitthvað allt annað - að auglýsa í ýmsum dagblöðum eftir ljósmyndafyrirsætum sem gætu komið í heimsókn til hans og boðið þeim í eigin persónu. Alida og Ingo vonast til að fara til útlanda eftir að hafa búið til mynd af Alidu sem næst - að minnsta kosti hvað varðar hæð og þyngd. Ingo ætlar að dópa á Alidu áður en hann keyrir hana niður bratta brekku með hana í bíl konu sinnar til þess að gera kröfu um líftryggingar ef slys verður; síðar ætla þeir að safna saman tryggingarfé með fölsuðum slysum. - Ingo hefur fundið sitt fullkomna fórnarlamb í Gabi Koch. Hins vegar verður Ingo fljótt ástfanginn af Gabi og breytir áætlun þeirra með því að vilja setja Alida inn í bílinn þeirra í staðinn. Stuttu fyrir fyrirhugað morð uppgötvar Gabi í gegnum Alida að Ingo ætlaði að hún yrði myrt og er hneyksluð á þessum fréttum. Fljótlega eftir það njóta Alida og Gabi hvort annað eins mikið og að uppgötva ást hvort til annars áður en þau klekkja á sér áætlun um að útrýma Ingo með eitruðu kók sem verður óvart drukkið af Sven (vini Ingo) í stað þess að drepa Ingo sjálfa... Með Else Krautwurst sem kemur fram ... Líkaminn verður að finna einhvers staðar fljótt til að grafa sig.

Þegar þú lest í gegnum verk skaltu ekki gefa upp endi þess fyrr en síðasta setningin hefur verið lesin upp; sem mun skapa áhuga meðal leikstjórnenda, sem gerir verkið líklegra til að verða prentað án þess að lesendur hafi séð fyrir endann á því áður en þeir prentuðu það sjálfir. Hugleiddu líka þessa tillögu:

Anna Thalmann er móðir 18 ára dóttur og býr með einum eiginmanni sem vinnur í burtu á viku og fær „góð laun", auk tveggja „bestu vinkonu" sem hún eyðir tíma með einum eða tveimur dögum í hverri viku.

Hún deilir klukkutímum af slúðursögum, auk þess sem hún trúði sínu nánustu máli fyrir fugli sem treyst er fyrir að fylgjast með þeim báðum. Leiguíbúðin hennar er stór og vel innréttuð á meðan hún hefur aldrei lent í alvarlegum veikindum sjálf; allt bendir til þess að vera einstök kona. Dagleg barátta hennar hefur leitt til þess að henni finnst hún gagnslaus og yfirgefin af fjölskyldu sinni í hlutverki sínu sem umhyggjusöm móðir og eiginkona. Erwin hefur óhollt viðhorf til eiginkonu sinnar; þegar hann er heima um helgar vill hann frekar horfa á fótboltaleiki eða mæta á skautaleikinn sinn frekar en að eyða tíma með henni. Anna er farin að innræta gremju sína með því að borða óhóflega mikið - eitthvað sem hefur leitt til þess að hún er 20 kílóum of þung. En núna vill Anna breyta einhverju! Hún pantar sér líkamsræktartæki í sjónvarpsbúð, fer í fimleikahópa og fær förðunarráðgjöf frá Sonju - allt í þeirri von að kveikja aftur logann í hjónabandi sínu með auðveldum og hraða. Hins vegar er áætlun þeirra enn flókin og flókin. Dag einn þegar þvottavél Önnu bilar kemur Mustafa Yldiz til að gera við hana - og er strax heillaður af Önnu. Hann býður henni á ógleymanlegt „tyrkneskt" kvöld! Mun Anna láta undan sjarma hans eða taka stjórn á lífi sínu sjálf?

Einnig hér afhjúpum við efni og átök án þess að vera meðvitaðir um úrlausn þess. Á sama hátt ættu verkin þín að fylgja í kjölfarið.

Þar sem hvert leikrit krefst titils getur stundum verið krefjandi að nefna einn. Tilvalinn titill ætti að leiða eitthvað í ljós um sýninguna en um leið að vera grípandi fyrir áhorfendur þegar þeir lesa veggspjöld og dagskrárbæklinga. Titlar geta samanstandið af einu orði, verið spurning eða innihaldið heilar setningar; Ég ráðlegg þó yfirleitt langa titla og kýs frekar óljósari útgáfur eins og eftirfarandi sem dæmi:

Rita og Ulfert Brauer, sem eru afar ríkir einstaklingar, fluttu nýlega úr borginni í sveitina með syni sínum Heiner. Nágrannar þínir.

Diekmann-hjónin Heiko (vinnumaður) og Gesine (húsmóðir) lifa „einfaldri" tilveru þrátt fyrir að búa við bág kjör; þó þeir verði að færa fórnir hér og þar til að lifa af; samt vertu heilbrigð og ánægð með lífið. Rita (snyrtifræðingur) og Ulfert (ritstjóri) láta nágranna sína daglega finna fyrir því að þeir séu æðri. Deilur myndast milli fjölskyldna þegar Marion Diekmann kemur heim frá Alabama. Sem au pair í Þýskalandi í eitt ár hneykslaði hún alla þegar hún sneri aftur - upphaflega öllum til ama - með því að kynna Jonny, afrískan læknanema! Þetta reyndist of mikið fyrir Brauer-hjónin. Báðar fjölskyldurnar eru nú að reyna að gera hvor annarri lífið erfitt með viðbjóðslegum ráðabruggum og árásum, sem leiða til réttarsátta; að lokum var sett upp há girðing á milli eigna þeirra til að aðskilja þær frekar. Þegar Gesine ræðst aftur á Ulfert fær Ulfert hjartaáfall en Jonny einn getur bjargað lífi hans...

Efnislega séð er söguþráðurinn nokkuð skýr. Í hjarta þess eru tvær mjög ólíkar fjölskyldur og við sjáum muninn á þeim bæði eðlis- og fjárhagslega. Það er nákvæmlega það sem ég reyndi að lýsa í titlinum mínum - svo hér finnur þú þetta allt. Áhorfendur tvær mjög áberandi andstæður eru auðkenndar hér með titli mínum; sem má gróflega þýða sem: "Mettwurst brauð og kavíar". Enginn leikari mun borða annað hvort hlutinn beint; þessi greinarmunur á milli þeirra er aðeins til í gegnum titla þeirra. Menno og Mathilde Gruben snúa aftur úr 4 vikna fríi í Egyptalandi með börnunum tveimur Henning og Anette sem bíða spennt eftir páskahátíðinni; en í staðinn komist að því að við heimkomu þeirra hefur bunki af áminningum frá veitufyrirtækjum borist í pósthólfið þeirra og símtal í bankann staðfestir að reikningur sé yfirdráttur um 30.000 evrur; röng bókun gæti hafa stuðlað að þessari villu og því eru bankastarfsmenn spenntir að leysa úr því um leið og þeir koma heim úr fríi.

Í þessu leikriti er skorað á fjölskyldu að lifa sjálfbjarga í eina viku án þess þó að ætla sér það. Svo hver gæti titill þessa verks verið?
„Robinson Crusoe sendir kveðjur". Það passar, er það ekki?!
Og eitt dæmi að lokum:
Innihald: Nico og Silvia Schroder fagna fyrsta brúðkaupsafmæli sínu. Nico er ánægður með að konan hans hafi ekki yfirgefið hann, jafnvel þó hann hafi verið atvinnulaus í heilt ár og Silvia þarf að afla sér framfærslu fyrir þau bæði. Nico les aðlaðandi atvinnutilboð frá kaffifyrirtæki í dagblaðinu sínu og sækir fljótt um í síma og er fljótt tekinn til starfa. En í stað þess að fá lofuð kaffisýnishorn, koma í staðinn erótísk tímarit óvænt heim til hans nokkrum dögum síðar og skilja Nico eftir undrandi yfir því hvernig eigi að útskýra þetta misræmi. Silvía er reið út í Nico; hún telur að hann þurfi að skipta um vegna meðgöngu hennar. Hlutirnir versna bara þegar tengdamóðir hans flytur líka inn og eiga í alvarlegum vandræðum með hann. Nico heldur að allt hafi verið leyst þangað til ERO birtist; þá verður allt aftur óljóst.

Þessi titill sameinar upphafsstafi tveggja fyrirtækja sem taka þátt í þessu verki - einkarétt rómantísk vin og Timann kaffi - í eitt orð til að mynda "ERO-TI-KA". Þar sem kynlíf er kjarninn í þessari gamanmynd er þessi titill fullkomlega sens.
Ingo Sax hefur skrifað einstaklega snjallt leikrit um unga konu sem þjáist af stökkleysi - vanhæfni til að eiga samskipti eða hafa samband. Aðalleikkonan Celia er kölluð „Amanita" og hefur orðið fræg vegna þessa hlutverks í þessari fjögurra manna

framleiðslu Ingo Sax - svo kíktu við og þú munt fljótlega skilja hvers vegna höfundurinn valdi þetta nafn! Þakka þér Ingo Sax fyrir ótrúlega afrek hans!

Ekki ofhugsa um að ákveða titil; "The Inn of the Golden Anchor", "Jubilaum", "The Star of Padua" og "The Smuggling Brothers", meðal margra annarra vinsælra og oft verðlaunaðra leikrita, hafa titla sem vísa einfaldlega til þess hvar atburður átti sér stað eða lýsa hvað gerði það að verkum - það er fullkomlega ásættanlegt!
En sum sviðsverk bera líka leiðinlega titla. Eitt verk sem ég þekki einfaldlega kallað "Leikhús" gefur lítið pláss fyrir ímyndunarafl eða sköpunargáfu þegar litið er til dramatúrgíu þess eða innihalds.
Þegar verkinu þínu er lokið, eða á meðan þú skrifar það, getur það verið eðlilegt að ákveða nafn þess; en mig langar að ljúka umræðunni um titlaval með því að gera grein fyrir nokkrum valkostum sem okkur standa til boða þegar við hugsum um einn fyrir leik þinn.
Ímyndaðu þér þetta: Stundum þegar ég er að tala við vini, koma fram handahófskennd orð eða setningar sem myndu verða frábærir titlar fyrir ljóð eða skáldsögur.

Hugleiddu þetta. Þegar við lesum eða hlustum á titla eins og þessa kemur eitthvað alveg nýtt í ljós. Við byrjum ekki lengur á því að móta hugmynd og söguþráð áður en við gefum titil síðar (eins og flestir leikir þróast); frekar byrjum við núna á því að hafa bara titilinn sjálfan - búum svo til söguna okkar í kringum þá hugmynd þaðan! Þegar ég sé þessa titla kemur mér strax í hug 100 hlutir sem þeir gætu mögulega fjallað um - getur þú ekki líka?
Ekki hika við að prófa þetta afbrigði líka, bara vinsamlegast forðastu að nota titla sem ég hef skrifað hér þar sem ég ætla að taka þá inn í skrif mín á næstu mánuðum.

Þegar maður skrifar verður maður að huga að öllum mögulegum árangri af skrifum sínum. Skáldsagnahöfundur skrifar bók sína fyrir lesendur sem geta keypt hana í bókabúðum - útgefendur og prentarar taka þátt hér líka; fyrir leikrit og leikrit sem ætluð eru til sýninga myndu leikhópar líklega flytja þau og handrit þeirra yrði aldrei keypt neins staðar, né lesið mjög auðveldlega á hvorn veginn sem er - þetta verður allt að taka með í reikninginn þegar maður skrifar leikrit sitt eða skáldsögu.

Þegar leikritinu þínu er lokið og þú ert stoltur af því að kynna það til birtingar skaltu senda það til eins eða fleiri útgefenda til athugunar. Ég legg til að byrja á því að velja bara einn sem virðist hentugur; Jafnvel þó að umsagnir geti tekið nokkurn tíma munu þær venjulega innihalda tillögur um að endurskoða ákveðna hluta verksins þíns eða gagnrýni ritstjóra á ákveðnar senur úr því; að lokum senda útgefendur handrit til baka um leið og þau verða aðgengileg.

Beiðnin þín var tekin til greina hjá okkur - þakka þér kærlega fyrir". Því miður gefa höfnunarbréf eins og þetta ekki upplýsingar um hvers vegna eitthvað eins og þetta er ekki lengur valkostur fyrir þá. Ekki missa vonina strax ef þetta gerist; taktu Afneitun frá leikhúsútgefendum gefur ekki til kynna að verkið þitt sé hræðilegt að lesa það aftur og staðsetja þig sem áhorfandann sem upplifir það sem þú ert að upplifa þegar þú lest það og upplifir það full áhrif hennar áður en þú endurskoðar það ítarlega áður en það er boðið upp á það aftur til annarra leikhúsaútgefenda. En ég vil líka vera algjörlega á hreinu: Ef verkinu þínu er hafnað án nokkurra skýringa eða athugasemda frá ritstjóra hlýtur það að þýða að það hafi verið mjög slæmt - því sérhver ritstjóri. leggur mikla vinnu í að útskýra hvað þeim líkar ekki þegar gagnrýni frá útgefendum gerir endurskoðun og klippingu miklu einfaldari, svo ef þeir segja að það sé engin þörf, sættu þig bara við svarið og haltu áfram með það sem þú varst að skrifa. Ef einhver segir að ekki sé þörf á endurskoðun, ekki spyrja hvers vegna; útgefandinn veit betur. Ef þetta gerist hjá mörgum útgefendum verður þú á endanum að sætta þig við þá staðreynd að það sem þú hefur skrifað er kannski ekki sérstaklega hágæða; kannski er skrif einfaldlega ekki þín sterkasta hlið eða það hentar þér bara ekki sem listgrein. Á einhverjum tímapunkti í ritunarferð þinni er mikilvægt að vera heiðarlegur við sjálfan þig og viðurkenna þessa staðreynd. Þó að við gætum velt fyrir okkur um aðra órannsakaða hæfileika sem liggja utan við að skrifa sjálft, þá snýst málið hér ekki um það - frekar að þú trúir því að þú getir og viljir prófa það!

Sama hvort það er gamanleikur, leiklist, farsi, glæpasagnasaga, fjölþátta leikrit eða bara stutt skets - að skrifa á hefðbundinni þýsku eða mállýsku er algjörlega undir þér komið

- staðreyndin er enn: verkið þitt verður fyrst að sannfæra ritstjóra hjá þér valinn útgefandi að verk þitt sé samhangandi án villna og hafi "spennandi" söguþráð; missir ekki þráðinn og er spilanlegur og hentar þeim auk þess að útvega svið þar sem þörf krefur.

Leikrit þitt verður að fjalla um þá sem munu flytja það; annars myndi enginn útgefandi skrifa undir það og það mun sitja og safna ryki í mörg ár án áhuga frá sviðinu - og það er það síðasta sem þú vilt!

Gerðu ráð fyrir að þú fáir póst frá útgefanda þínum og kemst að því að ritstjórinn þeirra hefur farið yfir verkið þitt og veitt endurgjöf varðandi nauðsynlegar breytingar. En kannski nefndu þeir líka hvað þarf að breyta svo það passi inn í forritið þeirra nákvæmlega eins og þú sendir inn.

Hvernig myndir þú bregðast við? - Ég get ímyndað mér það: að lesa línur og gagnrýni frá ritstjóra sem þú þekkir ekki vel getur oft verið mjög beinskeytt og valdið áfalli, hneykslun og reiði. „Verkið er frábært - hvað var hann að hugsa?"... Allar þessar setningar gætu orðið vandamál fyrir þig þar sem oft er erfitt að finna útgefanda fyrir fyrstu skáldsögu.

Hættu að hugsa svona og móðgast. Ritstjóri er ekki Guð - þeir segja bara sína skoðun - samt ættir þú að virða þekkingu hans á starfi hans og taka á móti allri gagnrýni sem beinist að verkinu þínu. Vertu sanngjarn við sjálfan þig þegar þú tekur gagnrýni, sérstaklega varðandi ákveðin atriði sem voru gagnrýnd. Gerðu það sem ritstjórinn ráðleggur þrátt fyrir andmæli þín - með tímanum muntu viðurkenna visku þess!

47. verkinu mínu "Welcome to Chez Andre", samið með Christoph Bredau og sent til tveggja útgefenda til athugunar, var hafnað vegna þess að það var of áhættusamt. Þegar við lásum bréfið þeirra urðum við agndofa - innihald þessa verks má sjá hér:

Andre Lambrecht og Frank Wattenfall töpuðu báðir öllu á hlutabréfamarkaði og eru nú atvinnulausir og leigja saman 2ja herbergja íbúð til að halda kostnaði lágum. Því miður hafa engin atvinnutækifæri skapast enn svo þeir eru búnir að gera upp leigugreiðslur sínar.

Eiginkona þeirra Elfriede Krause setur kröfu um eina viku til að finna vinnu eða borga leigu; annars vill hún þá út. Andre er með innblásna hugmynd. Saman byrja þeir að bjóða upp á fylgdar- og fylgdarþjónustu fyrir konur á „Welcome to Chez Andre"; fljótt samþykkt af dömum sem leita að félagsskap, máltíðum eða nuddi hjá þeim; en hlutirnir stigmagnast fljótt umfram væntingar þar sem húsfreyja þeirra Elfriede Krause og Tina reyna allt sem þær geta til að stöðva þessa starfsemi - samt heldur ástin áfram á milli þeirra...

Hér er elsta iðngreinin sýnd á nokkuð gamansaman hátt með hefðbundnum hlutverkum sínum snúið við, sem sýnir hversu langt fólk mun ganga til að græða peninga í dag, á sama tíma og konur eru mjög tilbúnar að borga peninga bara til að eiga gæðastund með körlum. Okkar tilfinning er að þetta fari undir húð karlanna, eins og sést af því að einn verður ástfanginn af viðskiptavini vegna þess að hann þolir ekki lengur að þiggja greiðslur frá henni, sýnir mjög mannlega hegðun á sviðinu á sama tíma og hann býður upp á frábæra dramatíska skemmtun. Ennfremur voru margar senur frekar ákafar! Hins vegar var okkur gert að "afvirkja" allar senur sem fóru of langt fyrir útgefendur; og einn útgefandi tók þessa endurskoðuðu útgáfu inn í forritið sitt. Þó okkur hafi fundist það vonbrigði að upprunalega verkið okkar hafi ekki verið samþykkt - stundum lesa ritstjórar eftir skapi sínu! Sem sagt, það verður að taka á því.

Gerum ráð fyrir að þú fáir svona bréf frá útgefanda.
Svo þú ferð aftur til starfa - ekki pirraður yfir bréfi ritstjórans þíns, heldur fullur orku og bjartsýni um að búa til eitthvað miklu stærra - kannski uppgötvar þú þegar þú gerir breytingar að það hefur batnað verulega; eða kannski þú áttar þig betur á því hvar villur voru gerðar áður.
Taktu tvo tíma til hliðar til endurskoðunar; útgefandi þinn hefur lesið handritið þitt og gæti hafa bent á villur; þess vegna ættir þú aðeins að leggja það fram í annað sinn þegar búið er að leysa hvert einasta gagnrýniatriði.

Nú skulum við gera hlutina enn betri: Ímyndaðu þér að fá fréttir af því að leikritið þitt verði birt í fyrsta skipti - þvílík tilfinning hlýtur það að vera. Þú hefur að minnsta kosti yfirstigið gríðarlega hindrun og komist svo langt. Telst það árangur? Algjörlega - svo gefðu þér leyfi til að vera stoltur af því sem þegar hefur verið áorkað hér.
Þegar leikritið þitt hefur verið gefið út, er ekki mikið sem þú getur gert annað en að skrifa undir samning við útgefanda (ég mun fjalla nánar um samninga í kafla 12) og vona að þeir bjóði upp á verk þín í gegnum bæklinga sem sendir eru beint til leikhópa á hverju ári eða í gegnum útgáfukerfi á netinu eins og vefsíður útgefenda.
Nú kemur næsta áskorun - að ná til leikhópa með verkið þitt. Leikhópar panta oft áhorfsþætti frá útgefendum; væri það ekki frábært ef leikstjórum þætti verk þín nógu áhugaverð til að mörg leikhús pantuðu áhorfsþætti frá útgefanda þínum? Því miður skil ég gremju þína; því miður muntu ekki vita hvaða stig sáu verkið þitt; almennt (fer eftir útgefanda) aðeins eftir að einhver hefur valið verk þitt muntu komast að upplýsingum eins og staðsetningu flutningshóps og dagsetningar fyrir sýningar.
Þegar verkið þitt er flutt í fyrsta skipti köllum við þetta vígsluflutning eða frumflutning; og oft er þér, sem höfundur þess, boðið að vera viðstaddur þetta sögulega merka tækifæri. Og þú ættir ekki að hafna slíku tilboði! Að sjá persónurnar þínar, söguna og hugmyndina lifna við fyrir augum þínum er sannarlega spennandi; trúðu mér; Ég veit af reynslu. Kannski framkvæmir hópurinn verkið þitt ekki alveg

eins og búist var við en hver sem útkoman verður getur hann aðeins bætt við meiri dramatík fyrir alla hlutaðeigandi!
Ertu líka spenntur? Hins vegar, ef hópurinn segir frá því að æfingar hafi verið ánægjulegar og þeir hafi notið þess að setja upp leikritið; Gagnrýni blaðamanna er jákvæð og áhorfendatölur passa saman, þá getur verkið farið fram eins og ætlað var og talið það sem persónulegan árangur þinn.

Flettu í gegnum hvaða bókaskáp sem er af skáldsögum og þú munt fljótt átta þig á því að það eru fjölmargir útgefendur í boði; því miður hafa leikskáld ekki eins marga valkosti í boði fyrir þá. En það eru til leikhúsforlög sem gefa út leikritin okkar með mjög sanngjörnum skilmálum og sumir gera það jafnvel einstaklega vel. Ég held að það sé lykilatriði að byggja upp tengsl við ritstjóra hjá þessum forlögum. Í fyrstu er ráðlegt að skoða tiltæka útgefendur á netinu og ákvarða hver(ir) gætu best passað verkið þitt. Þar sem ég var að skrifa mállýskuverk og lágþýska verk frá upphafi, bauð Mahnke Verlag í Verden upp á mesta úrvalið af lágþýskum sviðsleikritum (www.Mahnke-Verlag.de). Sum verkin mín má enn finna þar í dag!

En það eru líka til útgefendur sem sérhæfa sig í lágþýskum verkum og mállýskum; síðan 2008 hafa flest verk mín verið gefin út af Plausus Theaterverlag í Bonn (www.Plausus.de) bæði í lág- og háþýskri útgáfu.

Leit á netinu að útgefendum mun leiða í ljós nokkra aðra, eins og Reinehr forlagið í Muhltal (www.Reinehr.de), söluskrifstofa og forlag þýsku leikskáldanna Norderstedt (vertriebsstelle.de) eða Rieder leikhúsforlagið Wemding (Theaterverlag-Rieder). .de) meðal margra fleiri. Hins vegar sérhæfa sig ákveðnir útgefendur á ákveðnum sviðum eins og barnaleikritum eða leikritum o.s.frv.

Ég get ekki sagt þér hvaða útgefandi mun virka best fyrir þig; það eina sem ég get sagt er að í mörg ár hef ég notið þess að vinna náið með Plausus-Verlag í Bonn og Mahnke-Verlag í Verden.

En ég hafði líka upplifað neikvæða reynslu.

Hvað ættir þú að hafa í huga og forgangsraða við stofnun leikhúsforlags? Upphaflega leiddi átta ára gamall lagadeilu. Svo hvaða þættir eru nauðsynlegir við að taka ákvarðanir um eignarhald á leikhúsforlögum?

Sem höfundur er mikilvægt að mynda sterk tengsl við ritstjórann og starfsmenn útgefandans; allir leikhópar ættu ekki að leggja fram kvartanir um útgefandann þinn. Verk þitt er síðan flutt til útgefandans sem verður að bjóða það á sanngjarnan hátt og koma fram við leikhópa af sanngirni og sanngirni. Ef leikhópur gagnrýnir útgefanda þinn fyrir hvernig leikritið þitt var gefið út skaltu gera ráðstafanir til að bregðast við því strax. Ef verk þitt hefur ekki verið samþykkt í áföngum í mörg ár vegna gæðaáhyggjur; Hins vegar ef villurnar liggja hjá þeim frekar en þér sjálfum skaltu ekki hika við að tjá þetta.

Vefsíður útgefenda tala sínu máli um verk þeirra. Þó þeir séu fyrst og fremst ætlaðir leikhópum ættu höfundar einnig að finna auðskiljanlegar leikhússíður til að fletta með ánægju.
Vinsamlegast gefðu þér tíma í að skoða vefsíður; bara aðalsíðan getur oft upplýst margt um útgefandann.

Ef mér finnst upphafssíða forlags með eingöngu frammistöðureglum átakanleg, þá segir það sitt mark um eiganda þeirra og gefur líklega til kynna neikvæðar tilfinningar í garð þessa forlags; Ég býst ekki við að þú munt líka finna slíka útgefendur aðlaðandi; því er best að forðast slíka útgefendur.

Ef þú átt í erfiðleikum með að velja hvaða útgefanda þú vilt fara með og átt í erfiðleikum með að gera upp hug þinn á netinu er ekki nóg, hringdu beint í útgefandann og spurðu hvort hann myndi jafnvel íhuga að gefa út verk þitt í síma. Að gera þetta gefur aðra tilfinningu; ef það er einhver ófagmannlegur og dónalegur á hinum enda línunnar skaltu íhuga hvort þú myndir vilja að hann komi svona fram við þig í framtíðarviðskiptum (ég hef rekist á fólk sem lýsir sjálfu sér sem ritstjórum fyrir leikhúsútgefendur en það er skrifað „frumsýning" með „frumsýningu" a". Trúðu mér - það var ekki einu sinni að ljúga!).

Finndu út hvort útgefandi sé viðeigandi fyrir handritið þitt með því að fara á vefsíðu þess og leita í gagnagrunni þeirra yfir bækur til útgáfu. Til dæmis, ef þú hefur skrifað eitthvað á lágþýsku, Mahnke, væri Plausus eða VVB líklega besti kosturinn þinn; en vertu þolinmóður þar sem þetta ferli gæti tekið nokkurn tíma þar til svar berst frá þeim. Hins vegar munu sumir útgefendur staðfesta móttöku verks þíns með pósti; aðrir gætu haft samband við þig í síma eða tölvupósti; en ef engin staðfesting kemur eftir að nokkrir mánuðir eru liðnir þá myndi ég heimta handritið mitt til baka frá þeim. Leikhúsútgefendur virðast halda því fram að þeir fái mörg handrit á hverjum degi án þess að hafa nægan tíma til að svara eða svara. (Aðrir útgefendur gætu haldið öðru fram.) Ef þú þekkir önnur leikskáld skaltu finna út hvaða útgefendur þeir vinna með; almennt skuldbindur þú þig aðeins við einn útgefanda þegar þú gefur út eitt verk; síðari stykki er alltaf hægt að bjóða annars staðar ef þess er óskað.

Þegar þú hefur fundið útgefanda og handrit þitt hefur vakið áhuga verður gerður samningur sem báðir aðilar þurfa að skrifa undir. Hver samningur getur verið örlítið breytilegur.

Ekki hafa áhyggjur! Einstakir útgefendur taka ekki eftir því. Það sem skiptir meira máli er að skilgreina réttindi og skyldur höfunda og útgefanda; auk þess að ræða fjármál og tímalengd.

Sem höfundur er aðeins viðeigandi fyrir þig að veita útgefanda nauðsynleg réttindi til að taka upp í útvarpi og sjónvarpi, gera kvikmynd og þýða á önnur tungumál. En þú ert áfram upphaflegi skaparinn - einfaldlega að gefa upp notkunarrétt. Ef eitthvað í samningnum stenst ekki samþykki þitt skaltu einfaldlega láta það vita og ræða hugsanlegar breytingar - kannski gæti ein málsgrein eða reglugerð breyst í samræmi við það!

Auðvitað er þóknanaskipting óaðskiljanlegur hluti hvers samnings og venjulega fær höfundurinn 70% - útgefandinn 30%.
Gildistími og uppsagnarréttur getur verið erfiður umræðupunktur í samningum, en samt passa ég mig alltaf á því að þeir innihaldi skýrar upplýsingar um gildistíma og uppsagnarrétt (t.d. 31. desember með 3ja mánaða uppsagnarfresti og sjálfvirkri endurnýjun ef þeim er ekki sagt upp).
Vertu samt á varðbergi: ef engar upplýsingar eru í samningnum um gildistíma hans og aðeins er minnst á lagaverndartíma hans, þýðir það ekkert annað en að handrit þitt falli undir höfundarrétt - með öðrum orðum, þar til eftir andlát þitt (70. ár eftir mortem!). Ég ráðlegg því að skrifa aðeins undir samninga sem endast í 3 til 5 ár með sjálfvirkri endurnýjun á hverju ári eftir það - jafnvel þótt uppsögn eigi sér stað eftir 5 ár ætti að samþykkja það, frekar en að gera þig háð skuldbindingum þar til þú lýkur!

Vertu viss um að veita upplýsingar um lengd samningsins!

Þegar ég leitaði að útgefanda fyrir fyrsta verk mitt árið 1990, skrifaði ég undir samning minn án þess að gefa upp dagsetningar eða fresti fyrir stjórnendur flutningshópa til að samþykkja verkin mín, og skrifaði undir eftir að hverju og einu var hafnað af þessum útgefanda. Ef þetta gerist aftur og frammistöðuhópar hafa samband við þig og neita að framkvæma þá vegna þessara samninga - eins og gerðist í mínu tilviki - þá verða hendur þínar algjörlega bundnar af þeim og þessi mistök neyða þig til að berjast við lögfræðinginn þinn í 8 ár til að komast út . Loksins 1. apríl 2008 höfðum við loksins unnið og komumst út. Það þurfti bæði styrk og taugar.

Vertu klár: veldu "framúrskarandi" útgefanda!!!

Hefur þú einhvern tíma velt því fyrir þér hversu miklar tekjur leikritaferill skilar? Jæja, hér er tækifærið þitt til að uppgötva þetta svar á heiðarlegan hátt - eins og hermenn eða verkamenn fá laun, fá leikskáld þóknun í gegnum útgefendur sem birtu verkið þitt. Peningar verða aðeins greiddir þegar leikritið þitt hefur verið sýnt af leikhópi og þeir hafa gert upp reikninga sína við útgefandann eftir að leiktíðinni lýkur. Hvað varðar hvenær og hversu fljótt þessir peningar koma: það gæti tekið nokkurn tíma. Sumir útgefendur gera upp við höfunda samstundis í kjölfar uppgjörs við leikhópa á meðan aðrir senda þóknanayfirlit ársfjórðungslega - aðrir senda jafnvel ársuppgjör eftir þörfum.

Hvernig er þetta reiknað? Allir áhorfendur sem mæta á leik þinn verða að greiða aðgangseyri. Eins og allir sem heimsækja atvinnu- eða áhugaleikhús reglulega vita þá eru hópar töluvert mismunandi hvað varðar tíðni sýninga, stærð sala sem notuð eru og aðgangseyrir innheimt fyrir hvert sæti - ég veit um hópa sem sýna aðeins 3 sýningar í herbergjum sem rúma 100 áhorfendur fyrir 4 evrur hvor á meðan annar sýnir 40 sýningar á nokkrum vikum sem taka 350 gesti í sæti fyrir um 12 evrur hver! Og svo heldur ferlið áfram án endapunkts!

1. Ímyndaðu þér að leikhópur flytji leikrit þitt fimm sinnum gegn fimm evrur aðgangseyri á áhorfanda og það verði algjörlega uppselt í hvert sinn; heildartekjur eru 2500 evrur af þessari frammistöðu einni og 10% eða 250 evrur til útgefanda; af þessari upphæð myndu 70% renna til baka til þín eða 175 evrur færu beint aftur í vasa þína sem greiðsla frá þessum hópi.

Af hverju skrifaði ég "myndi"? Jæja - útgefendur setja venjulega lágmarksgjald fyrir hverja frammistöðu sem þarf að greiða ef tekjur fara niður fyrir ákveðnar upphæðir, venjulega um 70 evrur í fyrsta dæminu okkar. Í þessu tilviki myndi þessi hópur ekki ná þessum lágmarksþröskuldi og þyrfti því að borga 70 evrur þar sem hann myndi ekki uppfylla lágmarksgjald fyrir hverja frammistöðu; það þýðir að 350 evrur myndu fara beint aftur í útgefendakassann á meðan 70 evrur af því eru 245 evrur virði fyrir þig (70/20= 245)

Ég heyri marga leikhópa kvarta undan þessari reglugerð; Sérstaklega "lítil" stig hafa tilhneigingu til að finnast það mjög truflandi. Samt leggja útgefendur á sig mikinn kostnað án þessa samnings og mundu finna nánast ómögulegt að lifa af án þessa ramma; þannig að þetta gagnast okkur höfundum líka. Trúðu mér; án þessarar reglugerðar myndu öll stig líklega aðeins borga 30 eða 40 evrur fyrir hverja sýningu í staðinn!

Mér finnst að stigin ættu ekki að kvarta. Sama hversu mikið fé er komið inn, 90% endar samt með því að vera hjá hópnum sínum! Það virðist sanngjarnt!

2. Dæmi: Segjum sem svo að leikhúsið þitt taki 1000 manns í sæti. Aðgangseyrir á mann var 12 evrur á 16 mismunandi dögum þegar frammistaða þín fór fram; það myndu alls 12.454 áhorfendur horfa á hana.

Hljómar vel? Jæja ég vildi! Því miður hef ég aldrei fengið slíka upphæð frá hópi, en markmið mitt hér er einfaldlega að sýna hvernig innheimta getur verið mismunandi á milli stiga - þú gætir fengið allt að 70 evrur frá einum og næstum 1000 frá öðrum!

Ef þú birtir grein sem er skrifuð á háþýsku og lætur þýðanda þýða hana á lágþýsku eða annað tungumál, þá eiga þeir að sjálfsögðu að fá þóknanir; enda hafa þeir lagt mikið upp úr því að þýða það. Hlutur þeirra stendur venjulega í 20%.

Vona að þú sért ánægður þar sem þú veist nú nokkurn veginn hver tekjumöguleikinn gæti verið þegar þú spilar.

Ég hafði þegar lokið við 40 fjölþátta leikrit þegar Elke Siemers heimsótti mig fyrir um það bil þremur árum til að tala um líf sitt aftur. Hún er óvenjulegur barnahjúkrunarfræðingur og leikhúskennari sem segir sögur á svo grípandi og einstakan hátt að þær ættu alltaf að vera teknar á filmu. Það er sannarlega unaðslegt að hlusta á sögur hennar; árum síðan áttuðum við okkur á að við gætum búið til ótrúlegar sögur saman. Já, ef við leyfum ímyndunaraflinu að ráða för í klukkutíma, getur heill leikrit myndast nánast samstundis; því miður bara í hausnum á okkur fyrst. Margar hugmyndir hafa síðan verið horfnar fljótt. Á einhverjum tímapunkti varð mér ljóst að hún hafði svo spennandi og tilfinningaþrungna sögu að miðla, mörgum af eigin reynslu, að ég vissi að hún myndi leiða til einhvers.

Nú ertu kannski að spyrja hvernig það virkar að skrifa saman - "skrifa saman". Fram að þeim tímapunkti hafði ég rekist á tvær aðferðir. Elke hafði þegar lokið við fjölmörg verk: málverk, gjörninga á sviði, ljóðagerð og stutt skáldsögugerð auk leikrita; hún reyndi meira að segja sjálf! Þá hafði Elke málað margar myndir, skrifað ljóðasögur stuttar skáldsögur en hafnað samræðustílsskrifum þar sem hún var ekki hennar sterkasta hlið - að hennar orðum.

Þetta var upphafsreynsla mín af því að skrifa í samvinnu. Árið 2008 vorið áttum við aftur samstarf, að þessu sinni með Christoph Bredau sem meðhöfundur minn.
Það var alveg einstakt að skrifa með Christoph. Á einhverjum tímapunkti fórum við að ræða leikhús og fengum hugmynd að gamanmynd þar sem tveir ungir menn buðu sig fram sem „karlkyns vændiskonur". (Þessi hugmynd hafði komið upp á einni af fyrri ritfundum mínum með Christoph.) Ég hef áður skrifað annað gamanmyndahandrit með þessu hugtaki (Sjá fyrri hluta fyrir nánari upplýsingar.)
Það var heillandi að titillinn á leikritinu mínu kom til mín áður en ég skrifaði það: "Velkominn til Chez Andre". Við íhuguðum upphaflega að kalla sýninguna „Chez Roger", en það gæti hafa reynst leikurum sem leika hana í einhverjum erfiðleikum þar sem það þarf að endurtaka hana oft á sviði. Stuttu fyrir lokin breyttum við Roger í Andre. Christoph kemur frá Neðri Rín og starfar sem hjúkrunarfræðingur að atvinnu; ákafur kvikmyndaáhugamaður sem gerir heimili sitt að einhverju svipuðu og raunverulegu kvikmyndahúsi! Þó að hann hafi mikinn áhuga á leikhúsi sem starfsemi - þó kannski ekki tilhneigingu til þessa starfs. Strax í upphafi vissi hann að við yrðum að skrifa þetta verk saman - sem þýðir að sitja saman við tölvu á meðan við skrifum og koma með söguþráðinn um leið og við skrifum. Í fyrstu var þetta framandi og

ókunnugur rithöttur hjá mér; stundum komu tillögur frá ritstjóra mínum sem voru ekki eitthvað sem ég var sammála - þó stundum öfugt. Öðru hvoru varð ég að hafa taumhald á eldmóði hans þegar hugmyndir hans gengu of langt; en í mörgum tilfellum skrifaði hann hluti sem ég hefði aldrei getað skrifað sjálfur sem voru ljómandi og innsæir. Margar senur voru aðeins auknar með þessu samstarfi; og við teljum að við ættum að vera stolt af árangri hennar. Að minnsta kosti vorum við báðir mjög sáttir með "Chez Andre", og eftir að hafa klárað það ákváðum við að hætta þessu og erum nú að vinna að annarri gamanmynd okkar: "Four Hands for an Udder", sem ætti vonandi að vera tilbúin haustið 2008.

Eins og sjá má eru ýmsar aðferðir við að semja tónlist með annarri manneskju. Ef þú velur að semja allt verkið sem par skaltu hafa í huga að hvorugur félaginn verður fórnarlamb þess að vinna að verkinu sínu einum af og til þar sem það gæti talist ósanngjarnt gagnvart öðrum eða báðum.
Ættirðu að kjósa að skrifa saman eða einn? Hvorugur maður ætti að fresta því að gera það sem er fyrir bestu - ég mun ekki draga úr því að skrifa saman, en vil leggja áherslu á að það virkar jafn vel þegar það er gert einn - ég mun örugglega skrifa mitt 50. einleiksverk aftur að þessu sinni! Finndu þinn eigin leið og stíl þegar þú nálgast skrifin saman eða ein!

ENDIRINN